Chàng
và Em

Bản quyền thuộc về tác giả
NXB Trẻ xuất bản theo hợp đồng tháng 12-2011

BIỂU GHI BIÊN MỤC TRƯỚC XUẤT BẢN ĐƯỢC THỰC HIỆN BỞI THƯ VIỆN KHTH TP.HCM

Phạm, Meggie
    Chàng và em : [truyện dài] / Meggie Phạm. - T.P. Hồ Chí Minh : Trẻ, 2012.
    276tr. ; 20cm.
    1. Văn học tuổi teen Việt Nam — Thế kỷ 21. 2. Văn học Việt Nam — Thế kỷ 21.

895.92234 — dc 22
P534
              ISBN 978-604-1-01315-5
              Chàng và em

Meggie Phạm

Chàng và Em

Truyện dài

NHÀ XUẤT BẢN TRẺ

Tặng em trai Phước Châu và gia đình.

Cảm ơn tất cả những người bạn

đã thẳng thắn góp ý với tôi về *The Muse*.

Cảm ơn người đã cho tôi những phút dừng lại trong cuộc đời,

nghĩ về những điều tôi không bao giờ đạt được,

hay những gì đã từng có thể đạt được.

Cảm ơn hôm qua, hôm nay và ngày mai.

There were bells on a hill
But I never heard them ringing
No I never heard them at all
Till there was you

There were birds in the sky
But I never saw them winging
No I never saw them at all
Till there was you

Then there was music and wonderful roses
They tell me in sweet fragrant meadows of dawn and dew

There was love all around
But I never heard it singing
No I never heard it at all
Till there was you

Then there was music and wonderful roses
They tell me in sweet fragrant meadows of dawn and dew

There was love all around
But I never heard it singing
No I never heard it at all
Till there was you

Till there was you

–TILL THERE WAS YOU – *THE BEATLES*–

"Làm sao sống được mà không yêu
Không nhớ không thương một kẻ nào"

Bài thơ tuổi nhỏ - XUÂN DIỆU

Đường C đang rất yên ắng, hoa phượng rải đỏ trên vỉa hè rực nắng. Tiếng ve sầu nhức nhối.

Bên ngoài nhà số bảy lặng lẽ như bao ngày.

Clio ngồi trên một chiếc ghế có tựa đầu, trong tay là một khung thêu, hình thêu rất đơn giản, một chiếc xe bí ngô màu hồng nhạt, sợi thêu óng ánh. Hình thêu đơn giản như vậy, bình thường cô làm rất nhanh, nhưng hôm nay loay hoay mãi mới làm xong một phần.

Điện thoại trên bàn khẽ rung, Clio không để tâm, cô biết là tin gì.

Đó là những rủ rê, muốn cô đi dự tiệc. Clio biết mình không hợp và không nên đến những chỗ như vậy. Chị Calli sẽ không cho phép cô qua lại với đám bạn đó nữa nếu chị biết địa điểm họ hẹn cô, mà đó mới chỉ là "tăng một".

Clio cắn môi, cảm giác ức chế.

Cô đang vô cùng lo lắng, bồn chồn.

Tiếng gõ cửa vang lên mà cô giật thót cả mình, suýt nữa còn đâm kim vào tay. Quả thật là vô cùng nguy hiểm đối với người như cô.

"Vâng ạ?"

Là Calli đến, trên tay chị là một cốc nước mơ vàng ươm.

"Đang thêu sao?" Chị hỏi, mỉm cười mềm mại.

Từ lâu rồi, Calli đã bắt đầu cười ít đi. Nên những khi hiếm hoi chị để lúm đồng tiền lộ ra, nó như tia sáng chợt rộ lên trong phút chốc nơi ô cửa sổ đã bám bụi thời gian.

"Lại là mẫu thêu này sao?"

"Vâng." Clio trả lời, cẩn trọng đón lấy ly nước từ trong tay chị gái. Cô dịch sang bên, Calli ngồi xuống, chị khẽ chạm vào vai áo cô.

"Clio này?"

"Vâng?"

Calli lại cười một lần nữa.

"Em định nộp hồ sơ vào trường nào vậy?"

Trống ngực Clio dồn lên, tuy rằng bề ngoài cô chẳng có gì khác lạ.

"Em nghĩ học cao đẳng cũng được rồi chị ạ, em..."

"Clio! Bệnh của em, sao có thể học trường Dược được?"

Calli thốt lên, như người ta không kiên nhẫn trước một đứa trẻ khăng khăng treo tất lên trong ngày lễ giáng sinh, chờ một điều kỳ diệu biết trước không tồn tại.

"Không phải chị không biết em thích vào ngành đó, nhưng sở thích cũng phải hợp lý nữa. Nhìn thấy máu là ngất, làm sao có thể học được những cái đó. Trường cao đẳng đó ở quá xa. Nếu em cũng như Tec, chị đã không lo lắng, nhưng ở xa như vậy nếu xảy ra chuyện gì thì làm thế nào?"

"Em..."

"Clio, ở nhà chỉ còn mấy chị em mình với nhau, gần gũi đỡ đần mới đúng chứ. Nghe chị đi, cuộc sống xa nhà không hợp với em đâu. Em thấy, Poly còn không làm được mà?"

Clio muốn phản bác, cô muốn nói, Poly là một tính cách khác, và chị ấy gặp một câu chuyện khác. Cô muốn nói, không có sức khỏe như Téc, không có nghĩa là cô không biết tự lo cho mình.

Nhưng dĩ nhiên, cô không thể cãi lời. Lời đã lên đến cổ họng, lại nghẹn lại không thốt được gì. Lồng ngực cồm cộm. Đau.

"Giấy báo của trường đại học thành phố đã gửi về rồi, ngành không được giá lắm, nhưng dù sao cũng là bằng đại học. Em nên quên Cao đẳng Dược đi." Clio kết lại.

Chị đã nói quên, tất nhiên cô sẽ quên.

Clio nhìn xuống khung thêu, khẽ vâng một tiếng. Nực cười, cô đã bồn chồn cái gì chứ?

"Chị... hôm nay có một buổi tiệc, mừng nhận được giấy trúng tuyển, em có thể đi không?" Cô lặng lẽ nói.

"Tiệc ư?" Calli khẽ cau mày. "Tổ chức ở đâu vậy?"

"Ở nhà Đan, bạn ấy cùng với cả gia đình nữa, mấy chị em họ với nhau thôi, em xin về muộn một chút được không ạ?"

"Nếu chỉ là vậy thì không sao, em cứ đi đi." Calli suy nghĩ rồi đồng ý. "À, nhớ đừng ăn uống linh tinh nhé! Phải nhớ bụng dạ mình không tốt."

Sáu tiếng sau đó, Clio có mặt trong một nơi cô biết, cô không được đặt chân đến.

Tên bạn dẫn cô tới đây, cô còn không biết hắn.

Cô bước ra khỏi đám bạn học của mình trong quán bar 18+, nhìn thấy hắn.

"Cưng ơi, em tên là gì?"

"Tên là bà nội anh." Clio đáp. Đến cô còn choáng váng, không lẽ cô say? Chỉ vài ly mà say?

Clio lúc đó không nhận ra rằng, cô say hay không say, không quan trọng nữa. Quan trọng ý thức cô muốn say. Và liều lĩnh. Mười tám năm kìm giữ để được bồng bột một phút giây, vào thời khắc bình minh ngày mai, cô sẽ mất tất cả tự do này, cô sẽ nhập học vào một trường mà người khác muốn, cô sẽ theo một ngành nghề mà người khác thấy hợp với mình, cô sẽ bước đi trên một đường đời người khác bảo là an toàn cho cô... Cuộc đời êm đẹp làm sao. Ha, cô muốn cất tiếng hát vang vì hạnh phúc của mình đây.

"Hay lắm, bà nội, bà có biết tên cháu là gì không?"

"Cháu như anh tôi biết làm cái gì?" Clio thờ ơ lướt qua anh ta, khinh thị trong giọng cô chẳng lẫn đi đâu được. Điều đó kích thích phần máu xấu xa trong bất kỳ một thằng đàn ông nào.

"Henry." Hắn đáp, bỗng nắm lấy tay cô.

"Anh làm cái gì thế? Buông!"

"Chỗ này không vui, cháu nội dẫn bà đi chỗ khác." Hắn cười nói, hứa hẹn.

Clio nhìn hắn, ánh đèn màu ám lên gương mặt như một biểu tượng. Cô có thể cảm nhận adrenaline cuộn lên khi nhìn hắn, mạch đập điên cuồng, chỉ trong tích tắc cô phải quyết định. Tim dồn dập như trống đập bên tai, hàng trăm, hàng ngàn điểm phấn khích như kiến bò trên da thịt. Cô biết Calli sẽ nói gì, cô biết mọi người sẽ nghĩ gì. Họ sẽ nói, thất vọng về cô. Một đứa trẻ không biết điều gì là tốt cho mình.

Và cô nói, dứt khoát, "Đi thôi."

Chỗ mà hắn dẫn cô đi, chính là nơi chỉ dành cho hai chữ: Thác loạn.

Câu chuyện này

xảy ra

vào năm 2013

1

Quan quan thư cưu
Tại hà chi châu
Yểu điệu thục nữ
Quân tử hảo cầu

– KINH THI (QUAN THƯ) –

Quân ngồi trong quán cà phê, anh không biết bụng dạ mình đang nghĩ gì, anh có đang nôn nao chờ người sắp gặp không, anh có nên như thế không?

Anh ước gì mình không phải ở đây, tập tài liệu về HCC trên tay anh nặng trĩu. Đây cũng chỉ là những lý thuyết mà anh đã thuộc nằm lòng. Quân quyết định, anh sẽ bỏ nó qua một bên. Không, anh đã hứa sẽ không đau lòng thêm nữa. Anh đã hứa sẽ làm ông ấy an lòng.

Quân chỉ vừa mới trở về nước, anh không nghĩ mình sẽ sớm lao đầu vào con đường này. Con đường tìm kiếm người để kết hôn, sinh con, chung thủy, sống hạnh phúc một cách giản dị. Nhưng, anh không có nhiều thời gian.

Dù sao cũng có vẻ hay khi về nước, anh không nghĩ nơi này có nhiều người biết anh và cuộc sống của anh trước đây. Anh đã hơi phóng khoáng, đó là vì anh không nghĩ mình sẽ sớm quyết định đưa chân vào xiềng xích vĩnh cửu như vậy. Nếu biết, anh chắc chắn đã "hoàn lương" sớm hơn.

Đây không phải là lần đầu anh đi xem mặt – ở đây người ta không gọi thẳng tên nó như vậy. Người ta có thói quen giấu đi bản chất vấn đề một cách qua loa đại khái hơn, ít ràng buộc hơn. Đây là một cô gái được giới thiệu

cho anh quen biết, hai người có thể tìm hiểu nhau, yêu nhau, quyết định là phù hợp với nhau và kết hôn, hoặc là chỉ làm một vài việc trong số đó, hoặc không gì cả. Những người anh được giới thiệu vừa rồi không làm anh vui lắm. Đáng ra anh phải mừng vì đối phương cũng tích cực và hợp tác, nhưng có điều gì đó trong cách họ xử sự – rất đúng mực và phép tắc – lại như nhắc anh rõ hơn anh đang làm gì, và anh ngại điều đó.

Anh hy vọng sẽ đạt được nhiều hơn hay ít hơn ở cô gái hôm nay?

Cô đặc biệt hơn những đối tượng kia. Cô là em gái của chị đồng học của anh tại Pháp, người anh quý trọng. Anh Lân nói, cô ấy khá giống chị, điều đó làm anh bồn chồn.

Nếu được như vậy, đó là diễm phúc của anh, sẽ đến phiên anh tỏ ra xứng đáng với cô. Điều này cũng không cần phải nghi ngờ, anh có đủ điều kiện.

Bùi Việt Quân, anh là một sinh viên có tương lai, học trò xuất sắc được một giáo sư đầu ngành hết sức ưu ái dìu dắt. Anh có ngoại hình trên mức khá, vẫn thua David của Michel-Ange, nhưng có khí chất ưu việt của kẻ sinh ra đã được đặc ái của số phận. Vả lại, nhờ gia thế, anh chưa bao giờ biết chịu thua thiệt và có mọi điều kiện để phát triển bản thân đi đến thành công trong những lĩnh vực nhất định. Về mặt được săn đón, anh có thể tự hào bản thân chưa từng phải cất công đi tán tỉnh ai. Nhưng anh điều tiết mọi quan hệ của mình ở mức hợp lý, anh còn trẻ và chơi bời cho xứng với tuổi trẻ chứ không định di hại về sau. Chỉ e so với mức chuẩn của phương Đông, sự điều tiết đó vẫn còn hơi phóng khoáng quá.

Một lần nữa, anh nuối tiếc bản thân phải đi vào con đường ổn định cho trọn đời quá sớm. Anh mới hai mươi tám, quá trẻ, anh đáng ra có thể hưởng thụ thêm mười năm. Nhưng anh chỉ còn vài tháng. Anh đã từng thoáng qua suy nghĩ vờ vịt cho qua, nhưng bố sẽ tức giận hơn, hận không chết được nếu anh đánh cược hạnh phúc của đời mình.

Trong nhiều mặt anh thoải mái, nhưng đối với tư tưởng về hôn nhân, anh rất bảo thủ. Kết hôn không phải để tính đến ly hôn, bởi vì hôn nhân phải là với đối tượng ta có thể đi đến trọn đời. Không ai trong số những người anh gặp, anh lại muốn cùng thực hiện giao ước vĩnh cửu ấy. Giống như đang ở trong một chiếc đồng hồ cổ xưa, những giọt cát cuối cùng sắp chảy hết, Quân biết chẳng chóng thì chầy anh chẳng thể kén cá chọn canh được nữa.

Cô gái anh sắp gặp đây, hai mươi hai tuổi, chỉ vừa tốt nghiệp đại học. Anh hy vọng cô sẵn sàng gắn bó bền lâu. Tuyệt vời hơn nữa là nếu cô đồng ý theo anh sang Pháp, hoặc chấp nhận xa chồng mình trong vài năm, để anh hoàn thành con đường học tập của mình.

Quân nhìn đồng hồ, đã sắp đến giờ hẹn, anh đứng dậy trả tiền cà phê. Điểm hẹn là bên một đài phun nước. Anh đã nói chuyện với cô hai lần qua điện thoại, và trao đổi thêm một tin nhắn để hẹn gặp.

Anh phân vân, không biết ở đây người ta nên gặp nhau lần đầu vào buổi trưa hay buổi tối, hay cứ làm theo phong cách của anh là không ngại ngần gì hẹn nhau trên đường đi ăn. Cuối cùng, họ hẹn nhau vào giữa giờ chiều, trời đang

nắng nhẹ, không gắt, họ có thể đi dạo, hoặc uống trà, nói chuyện nhẹ nhàng trước khi quyết định tiếp tục đi đâu. Địa điểm là do cô chọn, một trong những kiến trúc cổ – tụ điểm du lịch rải rác khắp thành phố.

Anh nhận ra vào giờ này, ở đây vẫn khá vắng. Tìm thấy đài phun nước thì đã có một cô gái đứng đợi sẵn ở đó.

Anh không muốn bị muộn, nhưng vẫn không rảo bước để để lại ấn tượng vội vàng. Anh biết, mỗi bước chân anh đang đi đến đáp án cho câu trả lời: Đây có phải *người đó* hay không?

Cô đứng quay mặt về phía anh, nhìn về đài phun nước. Cô mặc váy, nhưng chiếc áo khoác ngoài màu kem đã che đi tất cả, hai tay cô cầm quai túi xách để ở đằng trước.

"Xin lỗi?" Anh hỏi.

Ngày đầu về nước, anh còn nghi ngờ phát âm của mình, dù những người anh quen trước đây đều khẳng định tiếng Việt của anh rất tốt, kể cả các du học sinh, nhưng anh vẫn nghĩ có sự khác biệt về môi trường khiến anh khó lòng thông thạo tiếng mẹ đẻ, thay vào đó, anh luyện tập nhiều hơn.

Cô thả tóc, đơn giản. Tóc dài, đen huyền giống chị cô, nhưng anh có cảm giác nó mỏng và nhẹ nhàng hơn. Giống một suối mây dịu dàng hơn là một dòng thác đổ, mỏng manh như tơ liễu buông mành.

Cô quay đầu lại, đương nhiên là một gương mặt có trang điểm.

"Cô Kim Giao?"

Cô nhìn anh, chớp mắt và mỉm cười rất xã giao – chỉ một nét nhẹ trên khóe môi, không đủ để lộ ra một ánh cười thật sự.

"Vâng. Và xin gọi tôi là Clio, nó tự nhiên hơn." Cô thoải mái đưa bàn tay ra, cho anh chạm nhẹ vào mấy ngón tay lành lạnh, mềm mại. "Chào anh."

Anh đã sợ gặp một cô gái e dè khi tiếp xúc với người nước ngoài – hay là người xa xứ như anh.

"Chào cô, tôi là Quân." Anh gật đầu, anh cũng quen với cái tên kia hơn, hai vợ chồng chị Ơtec bao giờ cũng gọi cô như vậy.

Muốn đánh giá một cô gái, biết được độ quan trọng của buổi gặp hôm đó đối với cô thế nào, có thể xem cách cô nàng trang điểm. Tuy biết phụ nữ tốn thời gian nhiều hơn trong việc trang điểm đôi mắt, đàn ông trẻ như anh vẫn thích đánh giá đôi môi hơn. Hợp với sở thích của anh, môi cô không dùng son bóng, không quá đậm màu, vừa vặn cho một nụ hôn. Tuy vậy, anh gặp cô không vì những việc đó, cho nên anh bảo mình cẩn thận hơn và quay lại đặt nhiều sự chú ý lên đôi mắt – xem cái cách cô trang trí cho cửa sổ tâm hồn.

Đôi mắt cô hơi lạ, nó không xuôi hướng, không tự nhiên, nó xếch lên. Đôi mắt to, tròn, nhưng đuôi mắt hướng lên trên, xếch như mắt mèo. Cũng có thể nó không ấn tượng đến thế nếu không phải là cách cô trang điểm. Anh nhớ, hình như các cô y tá vẫn nói mode của mùa hè năm nay là kiểu carnaval sặc sỡ này. Tuy vậy, khó có đôi mắt Á Đông nào phù hợp với kiểu trang điểm ấy hơn những đôi mắt

sâu trời phú và sắc da trắng ăn màu của phương Tây. Cô gái này trang điểm theo kiểu ấy, mà lại không hoàn toàn như vậy, cô nhấn mạnh cái khác biệt kỳ lạ của mắt mình, eyeliner vẽ rất nhẹ, rất mỏng nhưng đủ cong khiến cho đôi mắt thêm long lanh, một đường ni bạc gần như không thấy rõ nơi khóe mắt mờ ảo. Lông mi dày dặn. Quyến rũ.

Anh nghĩ, cô gái này đi gặp gỡ xem mặt, nhưng như thể đang đùa giỡn với ý định sắp đặt khéo léo cho tình yêu – hôn nhân của mình. Cô yểu điệu như sắp bước vào vũ trường.

Không phải, anh được giới thiệu sẽ gặp một tiểu thư trâm anh thế phiệt, cao nhã đài các. Anh mong chờ biết một cô gái cũng giản dị thanh lệ như chị cô.

Suốt mười sáu năm, Clio đã làm cái bóng của chị mình.

Không ai bắt ép cô, chính cô đã luôn ngưỡng mộ hình ảnh thục nữ của Ơtec. Cô không cố gắng trở thành cái bóng, cô không đủ nhận thức để hiểu việc mình làm là biến bản thân thành cái bóng mờ nhạt. Cô đơn thuần chỉ ao ước được như chị ấy.

Nhưng từng lần từng lần, cô luôn bị bản thân mình làm thất vọng. Cô không thể nào được như chị ấy. Cô biết ưu nhược điểm của mình, nhưng so sánh, thì Ơtec giống như một tạo vật giành được quá nhiều sủng ái, chị ấy hoàn hảo.

Không ai nhận thức về cơ thể mình rõ hơn Clio, cô kiểm tra từng milimét trên cơ thể mình. Cô muốn một hình ảnh đoan trang.

Clio từng si mê đến dại khờ những câu chuyện cổ tích,

những câu chuyện chỉ có hai nhân vật chính, thế giới làm nền cho họ: hoàng tử và công chúa. Với cô, thực chất chỉ có hoàng tử xuất hiện rực rỡ, công chúa chỉ là cái nền xứng đáng để tôn lên cái phi thường của chàng. Vì hoàng tử, cô mới chú ý với công chúa, tại sao chỉ có công chúa mới xứng với hoàng tử?

Cô gái đó xinh đẹp, nhã nhặn, đài các, cao sang; cô ta xuất thân hơn người, mang những phẩm hạnh hơn người. Giống như Ơtec.

Yểu điệu thục nữ

Quân tử hảo cầu

Clio đã từng đối mặt với những góc xấu xa trong tâm hồn mình, nó làm cô kinh tởm, cô biết, cô không có gì ngoài vỏ bọc đẹp đẽ. Về tâm hồn, phẩm hạnh, cô chỉ có thể bắt chước Ơtec.

Muốn cứu vãn, cô cần xinh đẹp được như chị ấy, không, hơn cả chị ấy. Việc đó trở thành một cuộc đua không có hồi kết. Năm Clio mười ba tuổi, cô bước vào tuổi dậy thì, vẻ đẹp lần đầu tiên bừng nở rộn ràng, thanh tân. Lúc đó, Ơtec bước vào tuổi trưởng thành toàn diện, cái đằm thắm dịu dàng của thục nữ thuyền quyên kết hợp với sự thánh thiện của đức mẹ Teresa. Những lời khen của người khác cho gương mặt khả ái của Clio lập tức chìm đi khi Ơtec xuất hiện – như có hào quang thực sự. Cô bắt đầu cảm thấy mình như mặt trăng, chỉ le lói được khi vắng bóng mặt trời. Cô chỉ là nhân vật thứ hai, ăn theo nhân vật chính.

Từ đó, cô đã cố gắng, lại cố gắng hơn nữa. Cô sử dụng

cả sự ngây thơ để được chị gái chăm sóc cho còn nhiều hơn bản thân chị chăm sóc cho mình. Ấy thế mà, dù từ nhỏ cô đã chung phòng với Otec, cô vẫn không sao biến mình thành chị ấy được.

"Thế mà, anh Lân bảo với anh rằng em rất giống chị." Người đi cùng cô nói, vừa bước mấy bước liền quay lại, đưa tay ra đỡ lấy cô bước qua một đoạn đường đá hơi dốc.

"Ý anh là thế nào?" Cô nắm lấy tay anh ta không e ngại.

Anh thì nghi ngờ, trên đời có cô gái nào có thể đưa tay cho anh với vẻ đài các đến kẻ cả như thế kia không.

"Em đẹp hơn nhiều." So với mong đợi của anh. Đẹp đến nỗi tim anh chết đứng được cả phút khi nhìn thấy cô cười, và ánh sáng tỏa quanh nụ cười ấy.

Đây là định nghĩa sống của từ "thánh thiện" sao?

Clio cười. Cô không tin gì lời khen đó. Lớp trang điểm hôm nay có thể giúp cô khác đi nhiều, nhưng với một kẻ như anh ta, con mắt thẩm mỹ chắc chắn rất tinh tường, sẽ không dễ bị lừa như thế.

Anh ta, Bùi Việt Quân, là người chị Otec bảo cô dẫn đi tham quan thành phố. Chị cũng nói rõ với cô, sắp xếp để hai người gặp mặt không đơn thuần. Nếu không, chị Otec đã sớm gọi hướng dẫn viên du lịch đích thực như chị Êra rồi.

Clio gặp anh ta chỉ vì đó là người mà cả chị gái và anh rể cô đánh giá cao. Chủ yếu là vì anh rể cô. Tiêu chuẩn nhìn người của anh cao hơn chị, anh không chỉ đánh giá tốt xấu về mặt bản chất. Cô đã được nghe, đây là một vị

bác sĩ tương lai, rất có triển vọng. Tư chất tốt, gương mặt ưa nhìn. Gia đình thế phiệt mà dòng dõi khoảng bảy tám đời trước từng dính líu đến gia phả nhà nội cô, hiện sống ở Pháp. Tuy vậy, anh ta muốn giữ quốc tịch Việt. Cô không quan tâm. Trong một khoảnh khắc, cô nghĩ đến việc theo một người chồng rời khỏi quê hương, đối với cô, đó sẽ là khoảnh khắc xiềng xích vỡ tung.

Thế nhưng, tự bản thân cô cũng tìm hiểu về anh ta, không dựa trên thông tin một chiều từ hai anh chị – những người có lẽ phần nhiều chỉ tiếp xúc với anh ta như đồng nghiệp đồng học.

Và cô biết được nhiều điều hơn hẳn.

"Em biết tiếng Pháp chứ?"

Giọng anh ta ấm, phát âm chậm rãi. Giống như bước chân anh ta đang bước, cũng rất đều đặn. Người ta vẫn nói phụ nữ yêu bằng tai, thói quen của cô là phân tích giọng nói của người khác một cách kỹ càng. Chỉ bởi vì việc làm một thục nữ yểu điệu khiến hiếm khi nhìn trực diện vào một người nào, thay vào đó, cô đánh giá họ qua những điểm khác, ở những góc nhìn khác.

"Vâng, một chút thôi ạ."

"Đủ để sống ở Pháp chứ?" Anh hỏi, cô muốn ngước lên xem xét gương mặt phát ngôn đó. Cô nghe giọng cười của anh ta, sửa lại. "Nếu có một cơ hội đến Pháp chơi vài ngày?"

"Em không chắc." Cô trả lời. Có lẽ anh ta cũng đã tìm hiểu, ngành học và khả năng của cô. "Giữa việc thực hành tiếng ở trường và thực tế thì không hoàn toàn giống nhau."

"Đúng vậy." Anh nói. "Lý thuyết ở trường kỹ hơn nhiều về ngữ pháp, nhưng thiếu âm điệu của đời sống."

Cô gật đầu đồng ý một cách dễ dàng. Anh ta sẽ không trông chờ một kẻ ít ỏi vốn sống như cô tranh luận với mình về những điều như thế. Cô sớm chấp nhận mình sẽ có một vai diễn trầm lặng ít nói.

Đàn ông, cho dù là những người khẳng khái gật đầu trước phong trào vì nữ quyền, họ vẫn có bản năng yêu mến và tôn thờ những đức tính dễ chịu ở người phụ nữ. Nếu hỏi, họ có thể không thừa nhận, nhưng họ thích có một cô vợ ngốc nghếch một chút mà dịu dàng – hơn một người thông minh hơn cả mình và để mất quyền kiểm soát.

Việc này cũng dễ thôi, Clio vốn là "người ca tụng" mà.

"Trời tối rồi." Clio nói, nhìn về phía Tây đã sớm nhuốm sắc hồng.

Anh thì không biết nên nhìn gì, hoàng hôn hay cái cách cô bật thốt nên câu ấy và cái cách cô nhìn trời. Anh nghĩ, anh có khả năng tiến tới với cô ấy, cao hơn hẳn những đám trước và có lẽ cả sau này.

Cô rất dịu dàng, từng lời ăn tiếng nói đều có vẻ cẩn trọng và nghiêm túc. Cô trả lời mỗi câu hỏi của anh rất thành thực và chuẩn mực. Anh nghĩ mình đã gặp đúng kiểu thục nữ trong truyền thuyết – mẫu người mà anh cứ tưởng đã tuyệt chủng rồi, vậy mà vẫn còn ở thành phố nhỏ nhắn cổ kính này. Họ đi dọc theo một bức tường rêu phong.

Trước khi anh mời cô ăn tối, cô đã nói, "Tôi cũng nên về nhà thôi."

"Chúng ta đi đâu đó ăn tối đã?"

"Không, có lẽ tôi nên về." Cô từ chối, không phủ nhận rằng điều này đã khiến anh ngạc nhiên.

2

*Tình yêu
như trái tim
bị đánh cắp*

"Thưa chị, em về rồi."

Cô đứng đợi Calli đặt bình hoa trên tay xuống, xoay lại đúng chỗ rồi quay lại nói với cô. "Ừ, về rồi đấy à?"

"Vâng." Clio cởi giày, đặt ngay vào giá rồi bước vào nhà. Calli không nói tiếp, cô trở về phòng thay áo. Đợi lát nữa thay áo xong xuống nhà, Calli mới bắt đầu hỏi về chuyện đi gặp mặt, Clio biết thế, nhưng cô vẫn không vội vàng.

Chầm chậm tẩy trang.

Chiều nay, cô đã không trang điểm ở nhà. Lúc này cũng vậy, cô tẩy trang xong, kẻ mắt lại rồi mới về. Nhìn cô trong gương là một cô gái trang điểm nhẹ nhàng, lớp phấn mỏng manh yếu ớt trên gò má lạnh buốt, cô thấm dung dịch tẩy trang, chầm chậm đưa từng đường trên mặt mình, nhìn lớp phấn trôi đi.

Đáng ra cô không được làm vậy, không được trang điểm một lớp khác – rực rỡ, táo bạo hơn – khi đi gặp đối tượng xem mặt. Nhưng bỗng nhiên, cô không kìm mình được, cô muốn biết ánh mắt đầu tiên của một người đàn ông nhìn vào gương mặt lòe loẹt ấy sẽ là gì, nhìn vào sự nhốn nháo và thiếu khiêm tốn, đoan trang ấy, ánh mắt anh ta sẽ ra sao.

Khi trở về nhà, cô nhanh chóng biến mình thành một

thực nữ dịu dàng từ đầu đến chân, để chị gái yên tâm rằng em mình đã gặp anh ta với hình ảnh đúng mực – theo ý chị.

Tẩy trang là một công việc tỉ mỉ, chẳng kém gì trang điểm, từng công đoạn một, cô làm thật nhẹ nhàng, nâng niu chính những đường nét trên mặt mình. Từng nét chì, vệt phấn biến mất, ánh mi không động, lông mày không cau lại, gương mặt thô mộc dần hiển hiện.

Clio bật cười. Tiếc rằng, lớp điểm trang sơ sài này thì dễ trôi đi, chiếc mặt nạ đã mang từ thuở lọt lòng thì khó gỡ. Mà thực ra, con người lúc này ai mà chẳng phải mang một chiếc mặt nạ, cuộc sống vốn là một vở kịch lớn mà thôi.

Có tiếng gõ cửa.

"Dạ? Mời vào đi ạ."

Gương mặt như trăng như hoa của Otec xuất hiện, nở nụ cười dịu dàng, chị bước vào trong. Clio gượng cười. Phòng này, từ khi Otec đi lấy chồng, đã trở thành phòng của một mình cô.

"Sao vậy ạ?"

Cô biết chị định hỏi về chuyện gì, chị sẽ không đợi đến lúc cô xuống nhà thưa chuyện với Calli một cách nghiêm trang. Kiểu cách ấy không hợp với chị. Chị thể hiện sự quan tâm của mình dịu dàng hơn nhiều.

"Thế nào?" Otec bước tới, cầm lấy chiếc lược vỏ sò trên tay Clio, chị bắt đầu cầm lấy một món tóc, từ từ chải cho cô. "Hôm nay em gái chị xinh thế này, đi gặp người ta cảm thấy thế nào?"

Clio nhìn vào gương – hình ảnh phản chiếu lại chị gái

cô – nhìn khóe môi chị nhếch lên, mỉm cười dịu dàng thế nào. Cô luôn ghi nhớ điều này, một nụ cười bao nhiêu năm qua không hề thay đổi, cứ như một đóa hoa thuần khiết tỏa hương thơm của mình, nhẹ nhàng mà khiến người ta lưu luyến. Chị chăm chú vào từng đường chải của mình, còn Clio, bất giác cô cũng mỉm cười, so sánh nụ cười của bản thân với chị.

Sai, cô vẫn không biết sai chỗ nào, rõ ràng rất giống, nhưng cô đã sống với nó hai mươi năm, cô biết rõ, nó không phải.

Khóe môi đều khẽ nhếch lên, cơ miệng rung động, hơi thở nhẹ nhàng. Cô không làm sai, chỉ là cô không phải.

Ơtec chẳng bao giờ nhìn thấy điều ấy. Nếu như chị biết trong tim cô, luôn ganh tỵ với chị, trong sâu thẳm cô xấu xa đến vậy, chị có còn thực lòng quan tâm đến cô như vậy không?

Clio e rằng, câu trả lời là phải, chị vẫn sẽ thế. Đó là điều cô không chấp nhận nổi.

"Buổi đầu tiên, làm sao mà biết thế nào là thế nào được chị."

Chị cô cười thành tiếng, tạo ra một thanh âm thanh thúy khó bì, vang vang như chuông ngân trong lòng cô. "Không phải em đang thẹn thùng chứ? Cảm nhận chung chung ban đầu thế nào?"

"Cảm thấy cũng không sao, chị ạ." Nếu chị cho rằng người đó tốt, thành ý muốn em tin, em sẽ tin.

Quân gọi điện cho anh Lân. Anh nghĩ, chắc anh ấy cũng

muốn biết một chút về cuộc gặp hôm nay. Chẳng ngờ, Lân lại quên mất chuyện này.

"À, hai đứa gặp nhau rồi? Thế nào? Em anh là vàng là ngọc, cậu cẩn thận đấy!"

"Làm gì mà anh đã vội đe dọa em thế." Quân cười. "Em nghiêm túc mà anh."

"Anh biết vậy nhưng cứ dặn thêm. Anh cứ thấy cậu chưa thật sự muốn lấy vợ, mà em anh cũng còn trẻ. Nếu không phải là cậu, tôi sẽ không hùa theo trò của mấy bà vợ đâu."

"Lần này em lại mang ơn anh rồi. Cảm ơn anh nhiều."

"Vậy là được phải không?"

"Em chỉ lo cô ấy chê em thôi."

"Sao cậu nói chuyện khiêm tốn mà tôi lại ngửi thấy mùi tự cao ở đây nhỉ?"

"Không cần lo, mùi đó không gây dị ứng đâu."

"Cái thằng này, cậu coi đàn anh ra gì không? Đã vậy, khoa dị ứng của anh sau này sớm phải giao cho cậu đấy."

Quân cười. Nói gì thì nói, nếu cưới em vợ Lân, chẳng khác nào thân càng thêm thân cả. Anh nói với Lân, anh muốn gặp lại Clio.

Clio, dịu dàng và e lệ, sở thích là thêu thùa và cello. Đừng nói đến chơi đàn, anh không biết anh từng quen cô gái nào từng cầm một cây kim không nữa! Trong thời đại này, lại có một cô gái thích thêu thùa như một phương thức giải trí?

Clio xinh đẹp, điều đó làm sự rụt rè của cô dường như lại là bí ẩn. Một đóa kỳ lan phương Đông.

Anh gọi điện cho cô. Bất ngờ, cô từ chối. Không hẳn là cô từ chối, cô chỉ nói rằng hôm đó cô đã bận. Hẹn một hôm khác.

Anh đã bất ngờ bởi vì, anh biết cô vừa tốt nghiệp, và vẫn chưa đi làm, cô không hẹn hò... Dĩ nhiên anh không tự mãn đến mức nghĩ cô chỉ đợi anh gọi đến để nhận lời, anh chỉ không nghĩ cô sẽ từ chối từ lần đầu tiên. Như thể cô không muốn gặp lại anh.

"Thứ bảy tuần sau có được không ạ?" Cô nói. "Tuần này em đã bận rồi, xin lỗi anh."

"Tuần sau anh đã đi Hà Nội rồi, anh cứ mong gặp em một lần trước khi đi." Hóa ra chị cô không nói với cô việc anh phải đi sao?

"Vậy sau khi anh quay lại, chúng ta có thể gặp nhau."

Anh thừa nhận, anh hơi bị hẫng.

Anh thừa nhận, các cô gái trước đây anh gặp hầu như đã lao vào anh trên mặt trận tinh thần. Không phải không có những cô gái thích chơi trò thả mồi bắt bóng, vờ vĩnh làm cao, nhưng cô điềm tĩnh như thể thực sự thờ ơ.

Lần này đi Hà Nội, anh cũng đã sắp xếp gặp một cô gái, là cháu gái hơi xa về bên ngoại anh. Cũng sẽ khá vui nếu hai người thành đôi. Thế nhưng, anh nghĩ anh không còn để ý lắm về điều đó nữa. Anh đang nghĩ về cô.

Anh thừa nhận, anh cảm thấy lý thú.

Anh ta nhất định sẽ cảm thấy lý thú.

Mặt nạ của Clio là một chiếc mặt nạ vững chắc. Cô đóng vai một tiểu thư khuê các thục hiền nhu nhã, điều đó làm vừa lòng cả thế giới. À, làm vừa lòng bản thân cô nữa.

Điều mà cô luôn muốn có, đó là một tình yêu, một cuộc hôn nhân hạnh phúc, một happy-ending. Điều đó chỉ có thể là khi tìm được một người xứng đáng, một hoàng tử. Cô muốn có một hoàng tử.

Bùi Việt Quân gần như là một hoàng tử. Cô biết nhiều về anh ta hơn bản thân anh ta nghĩ. Cô đã thất vọng khi biết, người mình sắp gặp hóa ra không hoàn toàn. Cô biết anh ta có điều kiện tốt, vậy cũng tạm được. Suy cho cùng, cô không nghĩ sẽ tìm thấy một mister Perfect. Cô lợi dụng những gì biết được trong quá khứ của anh ta để suy tính cho mình.

Anh ta nhất định đã quen với việc các cô gái quyến rũ mình, dưới mọi hình thức. Vậy cô sẽ không cần quyến rũ anh ta, hay ít nhất là anh ta sẽ không cảm thấy vậy.

Anh ta không quen với việc đặt nghiêm túc – nghĩ đến tương lai – lên hàng đầu trong xây dựng một mối quan hệ. Cô sẽ khiến anh ta lần đầu tiên phải quan tâm đến việc này.

Bạn gái cũ của Bùi Việt Quân gồm có hai sắc tộc chính, trắng và vàng. Vàng là một cô gái Hồng Kông – du học sinh, một cô gái khác là người Singapore, không có người Nhật. Anh ta chọn kiểu người mềm mại, nhưng không ai trong số đó có tính cách e dè kín đáo. May mắn, cô sẽ là người đầu tiên, anh ta sẽ không có cơ hội nhận ra đó là vỏ bọc.

Đặc biệt, anh ta không thích sự ồn ào, tuy luôn chọn bạn gái năng động, nhưng bản thân anh ta trầm tĩnh hơn nhiều, đây là nguyên do chính của những kết thúc mau

chóng. Có lẽ, ban đầu anh ta thường bị cuốn hút bởi vẻ ngoài rực rỡ. Chính đây là điểm khiến cô quyết định mạo hiểm, mỗi lần xuất hiện trước mặt anh, cô sẽ mang lớp trang điểm lộng lẫy nhất của mình, chớp đôi mắt huyền bí lấp lánh nhất của mình để câu dụ anh ta.

Clio giống như lão ngư, từ từ nhìn trời và đoán định, tính toán từng chi tiết nhỏ cho một mẻ lưới lớn, đã quăng ra nhất định phải thắng lợi.

Điện thoại rung nhẹ, Clio không bao giờ để điện thoại ở chế độ reo vang, cô nhấc máy.

"Hôm nay có rảnh không?" Giọng nói cợt nhả vang lên, khiến những từ ngữ thông thường cũng nhuốm màu thô tục.

Thật trùng hợp, cô cũng có mấy điều nữa muốn hỏi về Bùi Việt Quân, kẻ cung cấp thông tin đã vội gọi đến rồi.

"Hả? Hắn ta thích ăn món gì làm sao anh biết được? Anh đâu phải đầu bếp trong nhà cậu ta?" Henry nói, không biết nheo mắt vì nắng chiếu hay vì câu hỏi của Clio.

"Anh tìm hiểu giúp em đi, nhờ anh cả."

"Thế này thì anh phải thuê thám tử mất!"

"Nếu được vậy thì cảm ơn anh. Thông tin sẽ chính xác và đầy đủ nhiều hơn nhỉ?" Clio nói không mảy may chớp mắt, một cách chân thành khiến Henry dở khóc dở cười.

"Em có cần tàn nhẫn vậy không, bảo anh giúp em quyến rũ người đàn ông khác, trong khi em biết rõ tấm lòng của anh." Anh ta ôm lấy ngực trái trong điệu bộ trái tim tan vỡ. "Anh chẳng thiết sống nữa. Anh có gì thua cậu ta chứ!"

"Anh không phải mẫu người của em." Cô nói thẳng thắn. "Em rất tiếc."

"Đừng nói với anh một cách tử tế như vậy. Thôi thì cứ hẹn hò với anh một lần." Chỉ một lần thôi để em biết anh có thể tốt thế nào. "Coi như là báo đáp anh giúp đỡ em."

"Không được," Clio nói, "bữa hôm nay em mời anh, nhưng không thể hẹn hò với anh được."

"Lại tàn nhẫn nữa rồi. Em phải nghĩ anh đã giúp em tìm hiểu nhiều đến thế!"

"Xin lỗi anh." Cô khẽ cười, nụ cười xoa dịu cái phụng phịu của Henry. Nếu không phải Quân xuất hiện, cô cũng sẽ không quyết tuyệt với anh ta đến vậy. Xưa nay, cô để anh ta theo đuổi mình, nhưng không chấp nhận. Cô biết, anh ta cũng có những điều kiện nhất định, có thể xem như "lối thoát hiểm" cho cô sau này. Chỉ là so với mức "chuẩn", anh ta cách quá xa. So với anh ta, Bùi Việt Quân lăng nhăng nhưng không trác táng, nghề nghiệp ổn định và không sống qua ngày đoạn tháng dưới ánh đèn mờ và hơi thuốc phiện. "Anh cũng không cố ý giúp đỡ em, anh cũng chỉ là tình cờ có người bạn cùng khóa với Bùi Việt Quân mà thôi. Em cảm ơn anh như vậy là đủ rồi."

Henry tiu nghỉu. Anh ta ganh ty với tên Bùi Việt Quân đó, có thể khiến cô nghĩ đến dốc sức quyến rũ. Nhưng anh cũng có chút khoái trá, rằng hắn sẽ không ngờ đang bước từng bước rơi vào lưới tình do người đẹp dựng nên. Hắn sẽ không biết, bông hoa hồng đẹp dịu dàng này, cũng rất cứng rắn, gai góc khi cần. Vẻ đẹp này, như thứ hương tuyệt vời bị giấu kín mà chỉ có Henry may mắn mới biết được một phần nào.

Clio không biết là hời hợt như Henry lại có những

suy nghĩ như vậy. Lúc này cô đang tập trung vào con cá của mình.

Sáu ngày nữa, anh ta sẽ từ Hà Nội trở về. Sau đó ở H thêm một tháng rưỡi thì về Pháp, sớm tiếp tục học tập.

Chỉ có từng ấy thời gian, chẳng trách anh ta gấp gáp gặp gỡ xem mặt nhiều như vậy.

Cô cũng chỉ có chừng ấy thời gian để đánh cắp trái tim một con người.

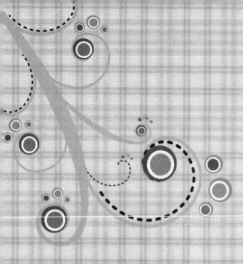

3

Hồn anh là hoa cỏ may
Một chiều cả gió bám đầy áo em

– NGUYỄN BÍNH –

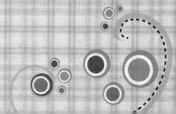

Quân cảm thấy, anh sắp yêu thì phải.

Anh ngồi trong phòng khách căn hộ thuê ngắn hạn, trên sôpha, trước tivi. Hưởng thụ cảm giác được chăm sóc. Trong bếp, những tiếng động đặc trưng nối tiếp nhau, cho thấy người trong bếp đang bận rộn lắm. Giống như họ đóng vai vợ chồng trẻ.

Nếu như kết hôn, có phải mỗi ngày đều hưởng thụ thế này?

Hương thơm từ bếp lan tỏa ra đến phòng khách, Quân không nhịn được, đứng dậy.

Clio đang trổ tài nấu nướng. Anh không biết làm sao cô biết anh thích canh mùng tơi.

Đây là món anh thích, cũng là món ít khi được ăn, nên cảm giác lại càng trân trọng hơn.

Clio không giống bất kỳ cô gái nào anh từng gặp. Anh nghĩ, anh sắp yêu cô. Anh không biết tại sao chỉ là "sắp", nhưng rõ ràng là vậy. Mỗi khi anh nghĩ đến vấn đề xây dựng tình cảm với cô, có một sự lạc quan, rất hứa hẹn. Nhưng mỗi lần, anh đều ngừng lại ở vị trí đó, không hiểu sao vẫn cảm thấy thiếu thiếu một cái gì đó. Một điều gì sẽ giúp anh đi đến quyết định cuối cùng.

"Hương vị thế nào ạ?" Clio ngồi bên kia bàn, hai tay xếp vào lòng, chờ đợi mà không nôn nóng, dịu dàng hỏi anh.

Nếu nói chinh phục một người đàn ông là phải chinh phục được dạ dày của anh ta trước, vậy cô hoàn toàn thành công dọn đường đi đến trái tim anh.

Quân giơ lên một ngón tay cái, cười hỏi. "Sao em lại có vẻ không tự tin thế?"

"Bởi vì bình thường em rất ít khi nấu ăn." Thực ra, cô không tham gia công việc nhà bếp. Cô chỉ biết vừa đủ để sau này về nhà chồng, nếu phải làm. Việc nhà bếp tiếp xúc với nhiều gia vị, nhiều dụng cụ... lại hóa ra biết bao hiểm nguy rình rập, thêm một việc chi bằng bớt một việc đi. Món này, Calli đã cất công dạy cô mới thành. "Để em lấy cho anh."

"Khoan." Anh nói, nắm lấy bàn tay cô vừa đưa lên. Nhoẻn miệng cười hỏi, "Vậy anh là người đầu tiên được ăn món em nấu?"

Clio ngước mắt lên nhìn anh, cô bị bất ngờ bởi động tác thân thiết như vậy và lặng yên để anh nắm tay.

Anh thường kiềm chế những hành động anh e quá gần gũi sẽ làm cô e ngại. Suốt thời gian qua, có lẽ anh chỉ mới nắm tay cô một hai lần. Anh dùng cả hai tay để cầm lấy bàn tay cô, những ngón tay thon thon mềm mềm, lúc nào cũng mát lạnh. Cứ tưởng tượng, không biết bàn tay ấy đặt lên má anh sẽ cảm giác như thế nào, khi vuốt ve sẽ có cảm giác thế nào.

Ngón tay cô gọn gàng, không có mùi gì ngoài sự sạch sẽ.

Anh nhìn cô dịu dàng. Không, anh biết tại sao cô khác biệt. Cô khác biệt bởi bản thân anh khác biệt, bởi vì anh đã xác định tư tưởng phải nghiêm túc với cô. Anh trân trọng và dịu dàng với cô, như với một vật phẩm quý giá cổ xưa, không hề lỗ mãng và qua loa như bất kỳ một mối tình nào khác trong cuộc đời anh.

Cái anh xây dựng với cô sẽ không phải là một cuộc tình, không chỉ là một cuộc tình.

"Cảm ơn em."

"Vâng." Clio nói, khẽ cười. Anh cứ ngỡ cô sẽ nói *Dạ, không có gì đâu ạ* như mọi lần. Anh ít khi đoán được cô đang nghĩ gì và sẽ nói gì. Cô lúc nào cũng im lặng bí ẩn, dịu dàng và chừng mực.

Số lượng kính ngữ cô có thể đặt vào một câu nói khiến anh từng muốn toát mồ hôi trước khi tập làm quen dần, bởi vì cô từ chối thay đổi. Cô nói. "Em quen như vậy rồi, điều đó thể hiện sự tôn trọng." Anh nghĩ, nếu là sau này, anh có thể mong cô dần dần gắn bó rồi bớt đi sự tôn trọng ấy.

Cô có đủ những gì một người đàn ông muốn có ở vợ mình. À, hoặc là thiếu đi chút đam mê nồng nàn. Nhưng bù đắp bằng sự quyến rũ một cách ngọt ngào. Anh cho là mình có thể đảm đương được.

Tất cả những gì anh cần làm, là bắt đầu tiến xa hơn. Giống như lúc này rồi, cô đang ở trong nhà của anh, nấu bữa cơm cho anh. Anh nghĩ là cô cũng biết thời gian của anh đang hết dần, nhưng không có chút nôn nóng nào ở một cô gái cần lời hứa hẹn. Hoặc cô thật thà tin rằng, tất cả những chuyện này đã đủ ràng buộc anh với cô.

Hoặc, cô ấy hoàn toàn không biết.

Dù sao, anh đã quyết định có một cuộc hôn nhân chóng vánh. Anh chấp nhận đánh cược hạnh phúc của mình cho sự mai mối, chỉ cần một hai cuộc gặp gỡ để đi đến quyết định. Thế nhưng, đến khi gặp cô rồi, anh lại không thể thực hiện như ban đầu đã định, anh không thể cầu hôn cô sau lần gặp thứ hai, thứ ba, hay bao nhiêu lần sau đó.

Có thể là hôm nay chăng? Bởi anh cũng chẳng biết tại sao mình lại chần chừ.

Clio không nghĩ chần chừ lần khần là tính cách của một hoàng tử bạch mã. Tuy vậy, cẩn trọng là một điều tốt.

Clio tự hỏi mình đã sẵn sàng cho việc cô chờ đợi chưa? Thậm chí, cô biết mình sẽ trả lời thế nào, vậy mà cô vẫn cảm giác, không chắc chắn về sự chuẩn bị của bản thân cho quyết định đó.

Không sai, nó là quyết định cho cả đời. Cô có quan niệm rất rõ ràng về một cuộc hôn nhân, cô sẽ không vội vàng, không chọn người không xứng đáng. Một khi đã chọn, cô sẽ không hối hận, không lùi bước. Cô sẽ không chấp nhận ly hôn, tan vỡ.

Cô sẽ yêu chồng, sau khi cưới. Cô tin tưởng vào việc đó. Người ta vẫn nói "Phụ nữ dễ yêu người mình lấy hơn là lấy người mình yêu." Cô không mong một câu chuyện lãng mạn, cô tìm kiếm cho mình một kết thúc trọn vẹn.

Cô sẽ làm anh ta yêu cô trước khi lấy cô, để lấy cô, rồi sau đó yêu lại anh ta về sau này.

Cô cứ tự tin rằng đã làm anh ta yêu mình, vậy mà bây giờ cô bắt đầu không chắc chắn.

Mẻ lưới này, hóa ra không dễ thu, tất cả là vì quăng lưới chỉ một mình cô, nhưng muốn thu lại thì không phải sức của một người. Cô sai lầm khi để anh ta làm người quyết định.

Anh nắm lấy tay cô, và Clio mở đôi mắt trong suốt của mình nhìn anh. Cô không còn trang điểm đậm như ngày đầu tiên, cô tin tưởng mình đã đặt được dấu ấn sâu sắc rồi. Mặt khác, nếu họ gặp người quen, sẽ lạ lẫm lắm nếu họ thấy cô như vậy. Cô vẫn trang điểm rất sắc sảo, đủ để giữ sự quyến rũ thường trực.

Bí quyết của trang điểm là hiểu rõ gương mặt mình, Clio chỉ đơn giản biết những khuyết điểm cần làm mờ đi, những ưu điểm cần làm nổi bật, và tạo ra những điểm nhấn khiến người đối diện ngỡ ngàng.

Tay anh là nhiệt lượng, như mọi người khác, luôn ấm hơn cô. Hay bàn tay ôm lấy tay cô như nâng niu, như muốn truyền chút hơi ấm. Nếu không phải tim cô là sắt đá, thì cô đã bị sự ấm áp đó làm cho rung động từ lâu.

Anh nhìn cô, khẽ mỉm cười. Nhưng cứ cười mãi như thế mà không nói gì, anh rất thích nhìn cô cười cười, có thể anh cho đó là dịu dàng, nhưng cô thấy không thoải mái, chỉ có thể theo phản xạ tức thời mà cười đáp lại anh. Dường như anh biết điều gì mà cô không biết, suy tính điều gì mà cô không thể can thiệp.

"Để em đi rửa chén đã..."

"Không cần đâu, cứ để đấy chút cho vào máy, em đi với anh đã?"

"Dạ?"

"Đi dạo một chút."

"Được không anh?" Cô hỏi lấy lệ, thực chất là đồng ý. Tốt thôi, cô không hề thích rửa chén, nghĩ đến việc chạm vào loại xà phòng vàng vàng nhờn nhợt đó là cô đã thấy kinh khủng lắm rồi.

Nhưng vấn đề chỉ là để chút nữa mới rửa thì sẽ sớm sinh ra gián. Cuộc đấu tranh nội tâm diễn ra chóng vánh, cuối cùng cô vẫn im lặng để anh khoác áo vào cho mình. Anh rất tự nhiên đưa tay ra để cô khoác vào rồi hai người cùng đi dạo.

Trời đẹp, tuấn nam mỹ nữ bước đi song song trên vỉa hè, không khí càng trở nên thơ mộng. Một loài cây cả hai người họ đều chẳng biết tên đang đến mùa thay lá, trên cây chỉ còn những cành hoa đỏ rực, dưới đất trải thảm lá vàng, không biết tả là cao sang lộng lẫy hay bi thương mỹ lệ. Nắng chiếu qua những kẽ lá thưa, người con trai đưa tay lên gần như để che nắng cho cô gái, một cách dịu dàng. Bước chân anh khẽ dừng lại, cô cũng đứng lại ngay.

Ánh sáng dìu dịu xuyên qua kẽ lá, chạm vào lòng thực mềm mại.

"Clio, em có từng nghĩ đến việc sống xa gia đình không?"

Tay Clio còn bám hờ trên tay áo Quân trở nên lạnh ngắt, cô hy vọng anh ta không nhận ra. Tim cô đổi nhịp. Đến lúc rồi ư?

Anh ta quyết định rồi ư?

Suốt thời gian dài vừa qua, anh ta đã có rất nhiều cơ hội, họ cùng đi dạo, đi xem phim, đi ăn, đi tham quan các

thắng cảnh của H, thiên nhiên khoáng đạt có, đền đài cổ kính có, kiến trúc hoa lệ có... nhưng chẳng mảy may chọc được vào cảm quan lãng mạn của người đối diện cô đây.

Vậy mà lại vào lúc này, khi cô vừa định chủ động sao?

Nói thực ra, cô cũng chưa nghĩ ra phải chủ động thế nào.

"Ai mà rồi chẳng phải xa gia đình." Cô trả lời nhẹ nhàng, thổi vào đó chút u buồn day dứt. "Chẳng thể nào những người thân cứ sống mãi bên ta được."

"Nhưng chấp nhận điều đó vẫn là một việc khó khăn." Anh nói bằng giọng buồn sâu sắc, trầm tư như thể chìm vào tâm trạng của chính mình. Là một diễn viên, cô đánh giá cao anh ta khi nói điều ấy, nếu không phải anh ta quá giỏi, thì anh đang nói thật. "Mọi cuộc chia tay đều mang lại cảm giác quá sớm."

"Chia ly bao giờ cũng đau lòng. Quan trọng là chia xa đến mức nào."

"Vậy, nước Pháp thì thế nào?" Anh đột ngột trở về với chủ đề chính. "Em có nghĩ, mình có thể rời gia đình đi một thời gian không?"

Cô ngẩng lên nhìn anh, tay cô như muốn rụt lại, anh liền nắm lấy nó, gần như đặt nó lên ngực anh, chạm vào lớp vải áo gió ráp ráp mềm mềm. Trong phút giây tĩnh lặng, cô tưởng như cảm thấy mạch đập truyền qua, khiến tim cô giật nảy, bị kéo vào chung một nhịp điệu lạ lùng.

"Với anh?"

"Chuyện này..."

Vẻ mặt của cô lúc này hơi ngỡ ngàng. Quân cười, nhẹ nhàng dùng ngón cái xoa nơi mu bàn tay lành lạnh của cô.

"Có lẽ, em cần chút thời gian suy nghĩ."

Nếu anh bất ngờ vì câu trả lời của cô, anh cũng tỏ ra rất độ lượng. "Được, hãy suy nghĩ về điều đó nhé."

Clio nhẹ gật đầu.

Quân muốn thở phào một hơi. Cuối cùng anh cũng đã nói ra rồi, cảm giác giống như vơi đi một nửa nghĩa vụ.

Cô không đồng ý ngay, nhưng cô sẽ suy nghĩ. Đó là một nửa lời đồng ý. Anh tự coi như mình đã đính hôn.

Anh đã làm đúng. Cho dù vào giây phút này, anh chẳng mảy may nghĩ gì đến việc có cần yêu cô hay không nữa. Anh chỉ biết anh đã làm đúng, bất chấp sẽ xa lạ và ngỡ ngàng.

Cô là một cô gái tốt, sẽ là một người vợ, người mẹ tốt. Trước mắt, cô cần là một cô con dâu tốt, một người hứa hẹn cho mẹ anh rằng, anh sẽ sống tốt về sau.

Clio, cô gái ngây thơ yếu ớt, ít vận động, hay sợ hãi, rụt rè dịu dàng ít nói, nhu mì cẩn trọng, thuần thục nhã nhặn. Cô sẽ là vợ anh. Trong suốt năm phút, anh nghĩ về điều này, làm quen với nó, và cuối cùng cũng cảm thấy thoải mái.

Đó là một việc dễ chấp nhận. Mọi thứ về cô mà anh đã tìm hiểu được, khiến anh hài lòng với bản thân mình. Sẽ hay hơn nếu anh dám hy vọng trong vòng nửa đời còn lại, có thể thấy vợ mình cười rộ lên một lần, hoặc là liếc mắt đá lông nheo với anh một lần, hoặc là dám cấu anh, hoặc... nhưng làm người đâu thể quá tham lam?

Bùi Việt Quân ạ, cuối cùng ngươi cũng làm được rồi. Thành công trong việc tự chặt đứt đường lui.

Bùi Việt Quân, anh là đồ quỷ tha ma bắt.

Nếu cô có thể đỏ mặt rồi nhẹ gật đầu, sẽ đạt hơn rất nhiều. Tuy vậy, cô không kịp làm thế.

Cầu hôn đơn giản như vậy sao? Tất cả sự lãng mạn cần có đâu rồi? Anh ta đúng là một hoàng tử chưa đạt chuẩn mà. Chỉ cận kề mức chuẩn, chưa đạt!

Vẻ mặt thỏa mãn của anh ta lúc này quá đáng ghét đến nỗi mặt cô đỏ lên vì tức tối trong dạ. Cô ngoan ngoãn đi theo anh ta dọc đường trở về và không nói câu nào.

Trong sâu thẳm, cô không chắc tại sao mình chưa đồng ý hẳn.

Trong sâu thẳm, cô không quyết định được âm mưu của mình thực sự thành công sao? Anh ta thực sự yêu cô sao?

Anh ta yêu gì ở cô? Một gương mặt trang điểm đẹp đẽ, một gu thẩm mỹ tốt, một con người có mọi sở thích thuận theo anh ta? Nghĩ đến cuộc đời, vẫn còn đến sáu mươi năm lẻ nữa, cô sẽ sống bên người đàn ông này sao?

Trong sâu thẳm, cô sợ chính mình đang rơi vào bẫy.

4

Sâm si hạnh thái
Tả hữu lưu chi
Yểu điệu thục nữ
Ngộ mị cầu chi

– KINH THI (QUAN THƯ) –

Đó là một cái gói nhỏ để trong bọc giấy. Anh không chú ý đến nó, cô cúi xuống nhặt lên trước khi anh mở cửa chèn hỏng.

"Ai đó đã bỏ vào, có lẽ là hàng khuyến mãi, quảng cáo gì đó."

"Vâng, có lẽ vậy."

"Cũng có khi là trúng thưởng gì cũng nên." Anh cười.

"Vâng, chắc thế." Cô cũng cười nhẹ.

Họ bước vào trong phòng, cô thấy anh mở cái gói ra và cầm lấy một vỏ CD mờ xanh.

"Để em xuống bếp dọn đã."

"Không cần đâu." Anh cản cô.

Nhưng cô nói. "Không, cứ để em dọn đi ạ, chỉ cho vào máy thôi mà."

"Em biết cách sử dụng không?"

"Anh hướng dẫn em là được ạ."

Anh cười, dẫn theo cô xuống bếp, chỉ cho cô cách sử dụng máy rửa bát rồi trở lên.

Clio mang tạp dề vào theo thói quen, thu dọn chén đĩa.

Tự nhiên, tiếng tivi trên nhà lọt xuống làm cô giật mình.

Đó không phải nhạc hiệu chương trình, không phải băng ca nhạc, nó giống như...

Trên màn hình, khung cảnh nửa tối nửa sáng, mập mờ xanh đỏ như trong một phòng bar kín.

Màn hình chao đảo mấy lần không nhìn rõ khung hình, chỉ có âm thanh rộn ràng đập vào chất lượng thu âm kém cỏi.

"Kim Giao, cậu làm gì đi, hôm nay là mừng ngày thi đậu của cậu mà." Giọng nói sặc sỡ như con bướm nhòe nhoẹt, tiếng chạm ly, chạm chai vang lên chan chát.

Cô gái tiếp theo xuất hiện trên màn hình, không phải là một thục nữ ăn mặc kín đáo. Không phải là một gương mặt trang điểm kỹ càng và ấn tượng, không phải mái tóc dài luôn thẳng thớm trên bờ vai, không phải nụ cười dịu hiền thùy mị, không phải gương mặt e thẹn hay cúi gầm. Không, chắc chắn không phải là một thiếu nữ mỏng manh như tơ liễu buông rèm, thướt tha đúng mực.

Cô nhảy nhót, văng tục rất có... ờ, sức sống! Đôi mắt lúng liếng và điệu cười nghiêng ngả. Giọng cô khàn đục vì bia rượu, ngọt ngào và mê hoặc khó tả.

Theo lời khích tướng của những kẻ xung quanh, cô bắt đầu thoát y.

"Không được, Kim Giao... cưng không thể dừng lại ở đó, vẫn còn nhiều vải thế?!"

Văng tục. "Tôi còn phải lấy chồng, cho anh xem hết thì còn gì đây?" Cô cười ha hả. "Chẳng bằng chúng ta chơi trò khác nhé?" Cô yểu điệu nói, đôi mắt hấp háy bí mật, bắt đầu những lời thì thầm tình tứ.

...

Quân quay lại nhìn Clio đang đứng dựa vào cánh cửa.

Đôi mắt cô tĩnh lặng như nước hồ bỗng dấy lên một tia chế nhạo.

Màn hình vẫn cứ chao đảo giữa những tia sáng chớp nhoáng lập lòe của hình ảnh, đổi thay trong thinh lặng.

Bùi Việt Quân, chúc mừng anh đã trúng thưởng, à không, là trúng số độc đắc mới phải.

***

Nắng, thật gay gắt.

Nắng tràn trề trên mảnh sân phơi nhỏ nhoi, chói chang, chảy tràn trên da thịt bỏng rát.

Clio biết ai đã làm việc đó.

Henry chắc đang ôm điện thoại chờ cô gọi đến mắng chửi. Nhưng cô sẽ không cho anh ta thỏa mãn, đắc chí.

Đập chiếc gối lên bệ mạnh hơn cần thiết, cô giũ số chăn mền ra ngoài nắng.

Việc gắng sức trong hành động đó khiến phổi cô thấy đau đau, nghèn nghẹn. Clio buông gối, ôm lấy trái tim mình.

Hơn một lần, cô đã ghét cái sức khỏe của mình, cô căm thù sự ốm yếu của bản thân. Tuổi thơ cô là hàng trăm lần buộc mình vào giường bệnh, yếu ớt, bất lực, phụ thuộc vào sự chăm sóc và tình thương của người khác.

Những ngày tháng với những viên thuốc xanh đỏ, những ống thuốc này thuốc nọ không bao giờ dứt, sợ sệt bất kỳ thứ gì có thể gây ra dị ứng. Không bao giờ chạm vào một bông hoa, ăn một thứ gì lạ, không bao giờ làm gì mà không hỏi ý kiến của bác sĩ trước.

Nhốt mình trong nhà, sức sống của cô bị trói lại, bị khóa trong một cơ thể không chịu nổi sự mạnh mẽ của tâm hồn cô, nó trở nên méo mó.

Không ai có thể dành hết thời gian để chăm sóc cô. Calli còn đến bảy đứa em khác ngoài cô. Otec không thể luôn luôn ở bên cô, càng không thể chăm sóc phần hồn từ từ bị quỷ dữ xâm chiếm của cô. Cô oán hận ông trời cho mình một thân bệnh tật, oán ghét bản thân mình không tự lực đứng được trên đôi chân gầy guộc. Cô ghét chờ đợi sự quan tâm, cô không muốn phụ thuộc vào người khác.

Clio không phải em út, cô không thể nghiễm nhiên chiếm hết sự quan tâm. Thế mà người ta thấy cô còn yếu ớt hơn cả Ura. Cô thực sự ghét bản thân mình, là khi chính em gái cô cũng phải tỏ ra quan ngại, lo lắng cho cô.

Tự cô bảo bọc mình bằng mơ ước về những câu chuyện cổ. Cô đã muốn được có một kết thúc toàn vẹn, tự lo cho số phận của mình.

Sẽ không ai được quyết định đời cô, cô không quan tâm có ai phán xét mình hay không.

Cho nên lần này, cho dù anh ta nghĩ gì, với cô cũng không quan trọng. Cuộc chơi kết thúc rồi, cô thất bại, không cam lòng nhưng cũng đã là thất bại. Thế thôi.

Ngực cô thắt lại, Clio cảm thấy mình không thở được. Ống thở cô đã để dưới nhà rồi, cô ngã ra dưới nắng. Đúng rồi, đáng ra nên mang theo mũ, nắng quá sẽ gây choáng váng. Cô bất cẩn rồi.

Lần cuối cô bị thế này, cũng có anh ta. Quân giữ lấy vai cô trong lòng anh, nói với cô giữ hơi đều đặn, từ từ làm chủ hơi thở của mình.

Cô nhớ, bàn tay anh ta lo lắng giữ lấy vai cô, rất mạnh mẽ.

Lúc đó, cô đã rất sợ, hình ảnh của mình trong mắt anh ta sẽ trở nên thiếu hoàn hảo, yếu ớt bệnh hoạn. Vậy mà ánh mắt anh nhìn cô rất dịu dàng, thương cảm mà không thương hại, giữ lấy cô trong lòng rất lâu cho đến khi nhịp thở của cô đã đều đặn trở lại. Clio còn cảm thấy, có một cái chạm nhẹ trên làn tóc mình, như thể anh đã chạm môi lên đó, lòng cô lạnh hẳn đi vào giây ấy.

Ngực càng lúc càng đau, phổi càng lúc càng thắt lại, môi cô hấp háy như con cá giãy chết dưới nắng vàng, rực rỡ cái đẹp của bi ai. Clio cựa quậy, ôm lấy ngực mình. Cô bắt đầu nhớ lại cách thở. Giống như lúc ở trong lòng anh ta. Nắng chiếu trên da cô, rát buốt, nền gạch thì nóng bỏng. Cô nhớ lại giọng nói trầm ấm giữ nhịp thở cho mình.

Hít.. thở... hít vào... thở ra...

Đến khi cơn đau dừng lại, hơi thở điều hòa trở lại rồi. Sự đau đớn còn vương khiến một giọt nước mắt chảy trên má cô, rơi xuống nền gạch nóng. Cô chống mình dậy bằng khuỷu tay gầy yếu của mình.

Cô không mắc bất kỳ một bệnh tật nào có thể dẫn đến cái chết. Thế nhưng mỗi ngày sống đối với cô, cũng như một ngày chiến đấu, có thể ốm đau bất kỳ lúc nào. Cô có tính cẩn trọng nghiêm nhặt, chẳng qua, vì phải chịu trách nhiệm cho sức khỏe của bản thân mình.

Nhiều lúc, cô cũng cảm thấy mệt mỏi.

Nhiều lúc, cô cũng cảm thấy mình thiếu thốn quyền được sống.

"Clio, em có điện thoại."

Clio đi đến đỡ lấy điện thoại trong tay Cal, nhưng chị ngăn lại.

"Khoan đã." Cally giữ lấy ống nghe. "Không phải em vừa mới bệnh chứ?" Ánh nhìn của chị cẩn thận quan sát cô.

"Không, không có đâu chị." Clio nói, cô biết sắc mặt cô lúc này không ổn chút nào. Vội vàng đoạt lấy ống nghe từ trên tay Cal.

Nếu như chị ấy cảm thấy vậy là vô lễ, chị cũng dời đi để cô nói điện thoại rồi mới tính sau.

"Vâng?"

"Là anh đây."

Cô chững lại đôi giây, nhìn vào tấm gương hành lang. Trong gương, mặt cô vẫn trắng bệch như sáp.

"Vâng?"

"Điện thoại di động của em không liên lạc được."

"Em biết."

"Chúng ta nên gặp nhau."

Clio trầm lại, bất giác phát hiện mình đã ôm lấy ống nghe bằng cả hai tay. Cô nói, cô đồng ý.

Anh ta hẹn cô đến một quán cà phê, một nơi kín đáo cách xa sự ồn ào – đúng theo phong cách của anh.

Cô đến, anh đã ngồi sẵn ở chiếc ghế bên cạnh cửa gương lớn. Anh dựa vào ghế, chân gác bên dưới, trông thả lỏng nhưng cô cảm thấy thực ra nó cứng nhắc. Anh nhìn nghiêng nghiêng ra bên ngoài, như đang đón nắng lấp lánh trên mình hơn là ngắm dải núi mờ phía xa.

Cô để ý thấy, anh vẫn chưa gọi cà phê.

Cô bước đến.

"Chúng ta đổi bàn khác đi," trước tiên cô nói, chưa ngồi xuống, "ở đây hơi nắng."

Anh nghiêng đầu lại nhìn cô.

Anh nói. "Được." Rồi đứng dậy.

Cô đến bên một cái bàn khác cách đó không xa, kín đáo hơn, có một tấm rèm mỏng, cô chọn chỗ ngồi bên tấm rèm.

"Chỗ này thì anh sẽ bị nắng."

"Em tưởng anh thích vậy." Cô nói. "Xin lỗi, chúng ta chọn bàn khác."

"Không cần. Anh chỉ không thích thứ gì thái quá thôi." Anh đưa tay kéo tấm kéo sang phía mình, khiến phần che chắn cho cô trở nên mỏng manh. Nắng vàng nhạt trải trên da cô.

Theo thói quen, Clio đưa tay chỉnh lại tấm rèm cho thẳng thớm. Anh nhìn hành động đó của cô.

Họ gọi nước. Anh vẫn uống cà phê.

"Anh nghĩ, mình vẫn chưa hiểu hết về nhau."

Sau khoảng một thế kỷ hoặc hơn, anh ta nói.

Cô nhìn anh. Đôi mắt thật khó dò. Giọng anh lạnh lẽo, còn đôi mắt thì cô không quen, không có kinh nghiệm với nó. Cô đã sai, đáng ra cô phải học xét đoán bằng tất cả những gì mình có.

Lần tiếp theo, cô nhất định tìm hiểu những sắc thái bộc lộ trên gương mặt một người đàn ông. Cái cách ngón tay anh ta co lại quanh quai của chiếc ly là thế nào? Cách cầm anh hơi ngẩng lên, và mắt anh nheo lại?

"Đúng vậy." Làm gì có ai có thể hiểu hết một con người? Đến bản thân cô còn không thể hiểu hết mình cơ mà.

"Cho nên anh nghĩ, lời mời hôm trước của anh với em, nó không còn hiệu lực."

5

Người ta có thể sống được
với giả dối một phút, một giây
Nhưng không ai chấp nhận nổi
con rắn ấy quấn quanh mình cả đời

ô đã chấp nhận rồi. Cô đã chấp nhận mình thua trong ván bài này. Cô cho rằng mình không hề nuối tiếc việc không còn cơ hội nào nữa.

Có lẽ, đây sẽ là cơ hội cho đối tượng tiếp theo.

Hôm ấy, khi anh quay lại nhìn cô, đọc những biểu hiện trong mắt anh ta rồi cô chỉ có thể cười khan. Cô chỉ có thể rời khỏi căn hộ đó, ngay lập tức. Cô nghĩ, cô vẫn còn rất thiếu kinh nghiệm trong việc xử lý những điều này. Những điều như lộ bản chất chẳng hạn?

Cô còn không nghĩ, sẽ gặp lại anh ta. Cô cứ tưởng. Bùi Việt Quân vỡ mộng rồi, sẽ khiếp vía cô, và mãi mãi không mò đến nữa mới phải. Cô không ngờ, anh ta còn muốn gặp cô nói chuyện. Cô không muốn đi. Cô thực sự biết mình đáng xấu hổ.

Thế mà, anh ta lại mời cô đi uống cà phê. Cô biết, trò chơi này cô đã đăng ký tham gia, không thể rút lui không đẹp. Nên cô đi gặp anh ta.

Cô cứ tưởng, cô đã chấp nhận rồi. Hóa ra, khi anh ta nói thế, tim cô vẫn cứ thắt lại.

Cô không hiểu cảm giác nuối tiếc này từ đâu. Cô đã biết phải thế, cô biết anh ta sẽ không chấp nhận việc cô không giống với anh ta tưởng tượng. Cô không phải người

anh ta cần. Cô đã biết thế, và cô cũng không nghĩ mình sẽ tiếc nuối.

Hay, sẽ đau lòng như lúc này.

Cô kiềm giữ mình không tái mặt. Đôi mắt ương bướng nhìn thẳng anh ta. Lần này sẽ là kinh nghiệm của lần sau, cô quyết không cúi xuống ngắm nghía tay mình, cô sẽ đối mặt.

Cô nói. "Em hiểu." Không u buồn, không oán hận, không thách thức, không gượng gạo.

Cô chỉ nói, cô hiểu.

Anh nhìn cô, cố đoán xem biểu hiện ấy là thế nào. Người con gái này, rốt cuộc là dạng người gì vậy?

Không, anh không đến để xét đoán cô. Anh cũng chả quan tâm cô là ai nữa. Quân lên tiếng.

"Anh nghĩ, em không hoàn toàn giống như những gì anh đã nghĩ, nên em không thể trách anh."

"Em biết. Cũng giống như anh không hoàn toàn là những gì anh chị em đã nói. Em chấp nhận việc anh không chấp nhận được em."

"Em... sẽ không biện minh, phải không?"

Cô lắc đầu. "Anh dễ tin những gì anh thấy."

"Phải, anh tin những gì anh thấy." Anh nói, giọng trở nên thật khó hiểu. Cô ước gì mình cũng có thể ngồi thả lỏng, dựa vào thành ghế như anh, chứ không phải thẳng lưng thế này và xét đoán một kẻ dường như cô không quen.

Hay là, lần này cô đâu cần đóng kịch nữa, cô cũng có quyền buông thả cơ mà?

Vậy là Clio lùi lại, không dựa hẳn vào lưng ghế nhưng có đủ độ lùi để nhìn gương mặt đối diện mình.

"Anh có việc cần nhờ em."

Cô khó hiểu nhìn anh.

"Vâng?"

"Đến bây giờ, ngoại trừ đoạn phim đó, em vẫn là người anh định kết hôn." Anh thẳng thắn. "Em vẫn là người đã tỏ ra có những phẩm chất tốt nhất."

Cô im lặng đợi anh ta nói tiếp.

"Anh muốn em giúp anh, cùng anh đi Hà Nội gặp bố anh."

"Anh vừa nói... lời mời của anh đã hết hiệu lực."

"Bố anh bị ung thư gan giai đoạn cuối. Có lẽ em biết điều này, cho nên anh mới muốn sớm kết hôn."

"Em không biết." Cô nói. Anh không biết thật hay giả.

"Dù sao, anh cũng đã định sẽ để em gặp bố anh."

"Cho đến khi anh phát hiện ra đoạn phim, phải không?"

"Chúng ta có thể suy nghĩ lại về việc đó."

"Em không đồng ý." Cô nói. "Em sẽ không đi."

Anh có vẻ bất ngờ.

"Anh không phải vì một đoạn băng mà đã từ chối em sao? Anh không quan tâm đến thời điểm của cái đĩa mà chỉ có tính chất của nó. Anh cũng đã không cần biết đến nguyên do. Nếu là em, em cũng vậy. Nhưng không phải mình em là có sự giấu diếm ở đây. Anh có đảm bảo quá khứ của anh trong sạch một trăm phần trăm không?"

"Anh không nói anh hoàn hảo."

"Cũng như em, anh chỉ tỏ ra hoàn hảo mà thôi." Cô lắc

đầu. Dù gì, ván này cũng thua rồi, cô sẽ không để mình chịu thiệt. "Em không trách anh. Đó là bản chất của vấn đề. Những người đi tìm kiếm một cuộc hôn nhân hoàn hảo tất nhiên phải tỏ ra hoàn hảo trái với sự thật là chẳng có ai hoàn hảo trên đời. Sự giả dối của em bại lộ, đó là thất bại của em. Điều em muốn nói ở đây là, em không nghĩ anh sẽ suy nghĩ lại hay chấp nhận được em. Em cũng không chấp nhận mình có một cuộc hôn nhân không hoàn hảo, nên em sẽ không đi gặp bố anh."

"Hình như em đã có chút nhầm lẫn. Anh đồng ý, nếu em cùng đi với anh, chúng ta có thể suy nghĩ kỹ hơn về vấn đề này. Nhưng anh muốn em đi gặp bố anh, nguyên do chính là vì ông ấy không còn nhiều thời gian nữa."

"Anh muốn em đi đóng kịch?"

Anh chậm rãi nhìn cô, mắt anh ánh lên một tia quyết đoán.

"Phải." Anh đánh giá cao khả năng đóng kịch của cô.

"Em không đồng ý."

"Tại sao?"

"Nó ảnh hưởng không tốt đến tương lai của em. Em không thể để ấn tượng với người tiếp theo rằng em đã suýt đính hôn rồi không hiểu lý do gì mà kết thúc. Họ sẽ nghĩ em không đúng ở điểm nào đó."

Quân nheo mắt nhìn Clio.

"Clio." Anh đã đánh giá thấp em rồi. "Việc này có thể an ủi một người sắp lìa bỏ cuộc đời này. Một người ốm yếu bệnh tật, ngày ngày đau đớn trong bệnh viện."

"Em rất tiếc về việc đó."

Cô nói một cách giản đơn. Hôm nay cô trang điểm không đậm, chỉ có gò má rất hồng, nhìn vừa giả lại vừa thật, không hiểu sao chỉ làm sắc trắng nơi mắt cô lạnh lùng thêm mà thôi.

Mọi việc đã kết thúc.

Đơn giản anh phát hiện cô không phải là người anh tìm kiếm, nên anh đành tiếc nuối kết thúc mọi việc. Quân đã thất vọng, anh cũng nuối tiếc trước việc sắp thành.

Cũng là may mắn khi anh được biết sự thật sớm, nhưng khi cú điện thoại từ Hà Nội gọi về, rằng bố đã nhập viện – ông đã không còn khả năng phản đối việc đó, anh lại thấy cái đĩa đó gửi đến không đúng lúc.

Anh biết làm thế nào đây? Vội vàng và bất cẩn chấm dứt tự do của mình với bất kỳ ai hay để bố anh ra đi mà chưa được thỏa nguyện?

Anh không thể chọn được điều gì trong hai việc đó. Anh vẫn cứ day dứt nghĩ đến cô ấy. Clio.

Lần này đi gặp anh, cô vẫn trang điểm rất kỹ, nhưng dường như không còn những nét khiêu khích và điểm nhấn chết người, cô khoác lên mình một vẻ đẹp khác, đặc biệt tĩnh lặng.

Giá không có sự việc kia, anh có khi đã yêu cô rồi.

Anh có thể giả dối nói với cô: "Anh chấp nhận, sẽ tập làm quen với việc em đã không giống như anh nghĩ. Chỉ cần quá khứ là quá khứ, anh biết không ai hoàn hảo."

Nhưng anh đã không làm thế. Anh không muốn dối trá thêm. Sự thật anh có thể chấp nhận cô không hoàn hảo, nhưng anh không thể chấp nhận cô đã giả dối đến mức đó.

Bây giờ, anh không biết đằng sau cái đoan trang điềm tĩnh lúc này của cô là những gì nữa. Bây giờ, anh không biết cô có thật là yếu ớt đến thế không, từng có lúc cô suýt ngất đi trong tay anh, có thật cô ốm đau hay chỉ là vờ vịt? Anh bị cô làm cho thất vọng.

Anh rất thẳng thắn, chân thành mà đề nghị cô. Thế mà cô từ chối, với một lý do ngoài dự đoán của anh.

Thế hóa ra, anh đối với cô giống như một mẻ lưới không thành rồi. Cô sẽ nhanh chóng thu lưới, giữ lấy vốn liếng của mình, sớm đi quẳng mẻ khác, với một người đàn ông khác.

Lúc đó, hẳn cô sẽ thành thạo hơn, sẽ không để xảy ra những việc thế này.

Anh giật mình. Vì anh tức giận. Lòng tự trọng của đàn ông rất dễ bị tổn thương – đặc biệt khi cô đã dỗ dành vỗ về nuôi lớn nó bấy lâu – giờ chỉ một cú chọc rất nhỏ, anh tức giận.

Quân mím môi, anh không thể thiếu tự chủ như thế. Anh cần cô ấy.

Một lần nữa anh nghĩ, nếu cái đĩa gửi tới chậm hơn, hoặc anh không vội vàng phủ định lời cầu hôn của mình đến vậy, có lẽ, cuộc hôn nhân giả dối suýt nữa anh có được cũng sẽ không hẳn là kém thú vị. Cô cứng cỏi hơn anh nghĩ, đặc sắc hơn anh nghĩ.

Anh mơ hồ tưởng tượng cuộc sống với một người vợ như vậy. Quên đi, làm sao anh sống được trong một cuộc hôn nhân giả dối đến vậy? Khi anh mãi mãi không biết được nụ cười và cái gật đầu của cô ta là giả hay thật? Đằng

sau sự nhu mì ấy có ẩn chứa sự chế nhạo nào dành cho tay chồng ngốc nghếch hay không?

Hay, vợ anh có yêu anh không? Cô, có chút tình cảm nào với anh hay không?

Anh không thể sống được với một người đàn bà giả dối, người bề ngoài ngon ngọt, bên trong có thể chỉ coi anh như một con cá béo bở đã câu được mà thôi.

"Clio, anh phải nhờ em việc này. Không phải chỉ mình em giúp được anh, nhưng em là người tốt nhất. Hãy suy nghĩ về việc đó."

Anh có thể không nhận ra, đây là lần thứ hai anh dùng cấu trúc đó với cô. Hãy suy nghĩ về việc đó.

Cũng như cô đã suy nghĩ về việc lấy anh, sau đó sẽ yêu anh.

Cũng như cô đã suy nghĩ về việc quyến rũ anh, làm anh yêu cô sau đó trao cho anh cuộc đời mình.

Cô không có thói quen dây dưa với một ván bài thất bại. Còn là thất bại mười mươi.

Anh ta sẽ không bao giờ tin vào vỏ bọc thục nữ của cô nữa. Từ bây giờ anh ta đã biết sự thật rồi. Anh ta sẽ không quên được điều đó. Và anh ta sẽ không thể trở thành hoàng tử bạch mã đón cô đến vương quốc của những kết thúc có hậu.

Hà cớ gì cô phải tiếp tục suy nghĩ vì anh ta cơ chứ?

Bùi Việt Quân, tiếc thay cho anh, tiếc thay cho cô, tiếc thay cho hạnh phúc suýt nữa đã đến của họ.

6

*Mùa hè nồng cháy
Ở trên má em
Mùa đông lạnh lẽo
Ở trong tim em*

— HEINRICH HEINE —

lio nói thẳng với Ơtec, việc với Bùi Việt Quân không thành được.

Anh ta đã nói, anh tin những gì anh thấy.

Cô ước gì có thể hỏi, anh đã thấy những gì? Chỉ có những điều trong cái đĩa ấy ư? Hay là những ngày cô đã đi dạo bên anh, nghe nhạc cùng anh, đọc sách với anh? Hay bữa cơm cô đã nấu cho anh, giọt mồ hôi cô lau trên trán anh? Hay là tiếng ho khan khi họ bước qua đường, anh đã giữ chặt lấy cô để cô thả lỏng, hay ngọn gió thổi qua và chiếc khăn anh quàng cho cô?

Thế nhưng, cô sẽ không hỏi. Cô biết chứ, tất cả những gì anh thấy trước đoạn phim đó, chỉ là những điều cô đã diễn cho anh thôi, không phải sao? Có hỏi cũng sẽ không thay đổi được gì đâu.

Thế là Clio trở về nhà, gặp chị gái, trong lúc đang nói chuyện rau dưa chợ búa, cô nhân tiện nói, à, chuyện với Bùi Việt Quân không thành được, chị ạ.

Dĩ nhiên là chị thắc mắc, chỉ mấy hôm trước, hai người còn có vẻ hợp nhau, mấy hôm sau không thể vô cớ mà hóa vô duyên.

Clio nói, "Em thấy mình chưa sẵn sàng, có lẽ hai người không hoàn toàn thích hợp."

Ơtec gật đầu, hơn ai hết chị ủng hộ hôn nhân vì tình yêu, nên không bao giờ cưỡng cầu. Clio thấy chị gái mình sống thật quá lý tưởng, chị luôn tin vào những thứ quá lạc quan. Ví như, yêu và được yêu, rồi kết hôn.

Cô không muốn làm người báo cáo mọi việc với Calli, nên hẳn chuyện này cứ để Ơtec nói đi. Cô im lặng và dửng dưng như chuyện không hề liên quan đến mình vậy. Calli nói, "Đúng là, không hợp thì khó cưỡng cầu. Cũng tiếc thật đấy." Clio lặng im không đáp, cô không muốn nói với chị rằng không phải đâu, anh ta cũng chẳng tốt đẹp gì cả. Lý do em chấp nhận anh ta trước đây không phải vì anh ta là người tốt như chị hai nói, mà là người tốt nhất có thể tìm được để đưa em đi xa khỏi đây.

Ồ không, dĩ nhiên cô không nói thế.

Nhưng Bùi Việt Quân vẫn gọi điện cho cô. Clio không tắt máy, cũng không trả lời. Bây giờ cô đã biết anh ta cần gì ở cô. Một người vợ đóng thế. À nhầm rồi, anh ta đã tìm kiếm một cô dâu Việt Nam chân chất nhu mì, sẵn sàng cho anh ta gọi đi Đông thì đi Đông, đi Tây thì đi Tây, đủ đẹp để làm vừa lòng anh ta, nhưng quan trọng là phải ngôn hạnh tiết liệt, không một lời oán than. Anh ta không cần một người vợ có suy nghĩ riêng, có bộ mặt riêng, có cá tính riêng.

Cô không đáp ứng được. Trước đây cô sẵn sàng giả vờ, bây giờ cô không thể chấp nhận được nữa. Không hiểu vì sao. Bây giờ cô đặc biệt không muốn đóng kịch trước Bùi Việt Quân nữa. Cô cảm thấy thật giễu cợt lối sống của mình nếu làm thế.

Bây giờ anh ta biết cô không phải rồi, anh ta lại cần một diễn viên đóng vai theo giờ.

Clio theo chị Ơtec ra ngoài mua đồ thì gặp Bùi Việt Quân. Cô nhìn quanh, Ơtec đã khuất sau những dãy hàng khi nào không hay.

Lại một sự sắp xếp.

Anh ta cầm lấy giỏ đồ trong tay cô.

"Anh mang ra taxi giúp tôi luôn." Cô nói, đặt giỏ đồ còn lại lên tay anh ta, không biểu hiện gì trực tiếp đi trước, ra đến đường, vẫy xe, ngồi vào. Bùi Việt Quân vừa chuyển đồ vào xong, cô lập tức bảo lái xe chạy.

"Khoan đã." Quân nói, giữ lấy cửa xe. "Anh muốn gặp em mới đến đây."

"Tôi biết, nhưng mà tôi không muốn gặp anh." Cô nói chưa xong thì anh ta đã chui vào xe theo rồi.

Cửa xe đóng một cái rõ mạnh.

"Bác chạy đi." Anh ra lệnh, ngồi dựa vào lưng ghế, khoanh tay thỏa mãn.

"Đi đâu đây?"

Cô lập tức trả lời: "Số bảy đường C ạ."

"Không," anh nói, "bác cho xe đến đường M đi. Ví của cô ấy nằm trong tay cháu." Anh quơ quơ cái ví mà cô bất cẩn để lọt vào tay anh lúc đưa túi hàng ban nãy. "Cháu là người nắm quyền về kinh tế."

Bác lái taxi mỉm cười, nghĩ đây là một cặp tình nhân đang giận hờn, liền bẻ lái về phía đường R theo ý chàng trai.

"Lưu manh!" Cô thốt ra.

"Thục nữ không biết lưu manh là gì đâu." Anh nói. Cô tự nhiên thấy uất ức.

Này nhé, cô không đắc tội gì anh, chẳng qua chỉ lừa anh một thời gian kha khá, nhưng đã kết thúc rồi sao anh ta còn âm hồn không tan thế này?

"Anh khó tan lắm." Anh ta nói, như thể đọc được suy nghĩ của cô. "Từ bây giờ anh xin thành thực với em, anh không có điểm nào tốt. Chỉ được cái quyết tâm, hăng say đạt được cái mình muốn thôi. Chỉ cần chọn được mục tiêu rồi, anh sẽ rất kiên trì."

Cái gì anh muốn, vô lại cũng không sao, anh sẽ quyết làm được. Cái duy nhất anh không thể, là sống trái ý muốn của bản thân mình.

"Vậy thì con người anh hoàn toàn không có điểm nào coi được rồi."

"Cách đây chưa đến một tuần em còn quyến rũ người không-điểm-nào-coi-được."

Anh kết thúc gọn lỏn, kéo cái mũ xuống và làm ra bộ đang ngủ. Anh không muốn nói chuyện cho đến khi tới nơi. Anh cũng không muốn đấu khẩu, hay thực ra, không muốn "phát hiện" ra miệng lưỡi cô thích hợp chơi trò đấu khẩu đến mức nào.

Taxi dừng lại trên đường M.

Vừa bước xuống cô lại tiếp tục đứng ra vẫy taxi.

Anh không ngần ngại ôm lấy hông cô, nhấc bổng lên đặt vào trong lề đường.

Cô giật mình, bàn tay đang vẫy xe đóng băng trong khoảnh khắc.

Mấy giây thôi, người cô bị tóm gọn, dựa sát vào người anh, cảm thấy đầu anh giữ trên đầu cô, một cánh tay anh vòng quanh eo cô, nhỏ gọn quá mức, nâng lên rồi đặt xuống.

Mấy chiếc xe chạy vụt qua trước mắt. Hàng đàn kiến chạy vụt qua, như điện châm trên da vậy.

Tim cô đập thình thịch, mà tim anh, cũng đang chạy maratong.

Cô nuốt khan, mở ví lôi điện thoại ra.

Anh còn chưa kịp nói gì thành lời, cô đã bấm số.

Giọng nữ tổng đài vang lên: "Vâng, H'taxi xin nghe?"

"Cho tôi một xe đến..." Chưa kịp nói xong thì anh đã hoàn hồn, giật lấy ngay điện thoại trên tay cô.

"Anh làm gì thế?"

"Em đang làm gì mới đúng." Anh nói. "Nói chuyện với anh một chút thôi?"

"Không thích."

"Không thích? Dạ, vâng, ạ, thưa, xin,... kính ngữ của em đâu hết rồi?" Anh bật cười.

"Không thích." Cô nói, quay đi.

Anh ôm túi hàng chạy theo những bước chân của cô, cao gót cứ như muốn đánh lên nền gạch.

"Gạch lát đường đắc tội gì với em sao?"

Cô không nói không rằng, bước chân lại chuyển về nhịp bình thường, nhu mì nhẹ nhàng, đều đặn, thậm chí không phát ra một âm thanh nhỏ.

Anh thở dài, cô đã lấy lại bình tĩnh rồi.

"Anh đã nhờ chị Ơtec, cho anh gặp em một lần."

"Chị ấy chắc không đồng ý để anh bắt cóc em gái chị chứ?"

"Là em tự leo lên taxi trước mà." Anh nói. "Anh chỉ muốn thảo luận nghiêm túc với em thôi."

Tự nhiên như khi nổi giận, cô dịu lại. Clio nói, nhỏ như đang khóc. "Được rồi, ta nói chuyện."

"Hãy đi Hà Nội với anh, chỉ hai ngày thôi." Anh nói khi hai người họ ngồi xuống trong công viên. Cô không đồng ý lên nhà anh, nên họ ở trong công viên trước khu căn hộ, vào giờ hành chính này thì không một bóng người.

"Tôi đã nói rõ rồi..."

"Em đã nói rõ," anh đồng ý, "còn anh thì chưa." Anh nói. "Nếu em giúp anh, vậy anh cũng sẽ giúp em. Anh sẽ... giới thiệu những người tốt cho em. Hơn nữa, em cũng có thể nói lý do là do anh có bản tính lăng nhăng, hay bất kỳ tính xấu nào mà em muốn, nên chúng ta đính hôn không thành."

Cô đăm chiêu nhìn anh. Thiếu kiên nhẫn.

"Giúp anh, bởi vì chuyện này đối với em chỉ là chuyện người ngoài, nhưng với anh thì vô cùng quan trọng. Anh năn nỉ em vậy."

"Anh..."

"Anh không ép em đền bù cho anh, mặc dù đáng ra thời gian qua anh có thể gặp những người khác và có thể hoàn thành chuyện này. Bây giờ thì đã muộn, em đã chiếm hết thời gian và suy nghĩ của anh. Nhưng anh hoàn toàn không bắt em đền bù. Anh chỉ cầu xin em, anh không còn cách nào khác nữa rồi."

"Anh có thể gặp mấy cô gái nữa." Cô nói, lạnh lùng.

"Không có thời gian, vả lại anh từng nói đã yêu một cô gái ở H, em gái của sư huynh sư tỷ rồi. Bây giờ anh dẫn người khác đến, trong nhà sẽ không tin."

Nói đùa? Anh tự đẩy mình vào thế bí làm gì chứ?

"Bố anh, có khi chỉ còn vài ngày, ông ấy đã nhập viện, Trước nay ông ấy không đồng ý vào viện. Ông ấy bỏ bệnh viện ở Pháp về Việt Nam, muốn trở lại quê nhà. Về đến Hà Nội thì bác sĩ không cho ông ấy tiếp tục bay nữa, không thể về H. Cả anh và mẹ đã phải ngăn cản ông ấy, ở đây không có đủ trang thiết bị để duy trì sự sống cho ông... khi cần. Tuy vậy ông ấy cứng đầu không muốn vào bệnh viện, vậy mà bây giờ phải nhập viện, chứng tỏ sức khỏe ông đã yếu lắm rồi và không thể kiểm soát được nữa. Anh không có thời gian, xin em đấy."

"Em... tôi... " Clio đâm ra lúng túng.

"Quyết định của em ảnh hưởng đến sự mãn nguyện của một đời người."

Không thể nào, tại sao cô lại bị đẩy vào thế bí thế này?

"Tôi thực sự giúp được nhiều như vậy sao?" Cô lặng lẽ hỏi.

"Anh trai và em gái anh cùng chết trước khi đến tuổi thành niên." Giọng Quân trầm lại. Dường như, anh cuối cùng cũng phải thổ lộ lòng mình. "Anh là tất cả những gì bố mẹ có. Người cha quan niệm thành công của một đời người không phải danh vọng tiền bạc, mà là con cái có hậu. Tất cả những gì ông quan tâm là anh có thể tìm được cuộc sống hạnh phúc cho mình. Anh đã làm ông bất an về điểm này. Trước khi ông ra đi, đây là tất cả những gì anh

làm được cho bố. Nếu không có ông anh đã chẳng là gì cả, chẳng được tồn tại trên đời."

Trời hôm nay không xanh như cái ngày anh cầu hôn cô, nó ảm đạm. Gốc cây hôm trước đã sạch lá vàng, hoa đỏ trở nên ủ ê. Cảnh vật buồn, mà lòng cũng không an ổn.

Anh dừng lại như lấy hơi nói tiếp. Cô không tin được, nhưng anh đang nghẹn ngào.

Đó là lần đầu tiên, cô hiểu được những gì đã khiến cô chùn bước trước tương lai muốn sống bên anh mãi mãi, khiến cô khi đạt đến chiến thắng trong tầm tay – khi anh dại khờ cầu hôn cô – cô đã không vui mừng nhận lấy được. Bởi vì cô luôn cảm thấy – như bản năng của một diễn viên – rằng anh cũng đang trong một trò chơi vờ vịt. Khi cô biết anh cần gì ở một người vợ, bản thân cô cũng đã tổn thương sâu sắc, dù không tự thừa nhận.

Giây phút này thì không, Clio nhìn thấy sự thua cuộc của mình trước khi anh thốt thành câu, bởi vì, trước mặt cô là hình ảnh thực sự của anh. Bùi Việt Quân đang cầu xin cô, bằng tất cả chân thành mà anh có.

"Nếu... có thể lấy một cô gái thật tốt, ông sẽ an lòng lắm. Một cô gái như em, như em đã là vậy. Đó là tất cả những gì anh cần, vì bố cần."

7

Không mong người
nhìn thấu được mặt nạ của ta
Chỉ cầu người có thể nhìn thấy.
Ta, là đang mang mặt nạ
Cũng đủ lắm rồi.

— KHABIT SKY —

áy bay cất cánh rời khỏi H.

Người đi tiến họ gồm có anh Lân và chị Ơtec. Calli nghĩ rằng, cô đi Hà Nội phỏng vấn.

Quân nói, anh có thể thành thực chịu trách nhiệm trong chuyện này. Ơtec cũng phản đối cô làm như vậy. Nhưng Clio không muốn ai trong nhà biết cô cùng đi với Quân như một vị hôn thê. Hơn nữa, không phủ nhận ý nghĩ làm trái với quy tắc của Calli, nói dối chị ấy khiến Clio cảm thấy mình đã quyết định đúng.

Chỉ nội ý nghĩ Clio đi xa để phỏng vấn thôi, Calli đã rất không ưng ý rồi, chị lo lắng quá. Bố vẫn như mọi khi, cho rằng con cái lớn thì có quyền tự chủ – hoặc đơn giản ông quá vô tâm đối với con mình. Cô yêu bố ở điểm đó. Cho dù ông xa cách với chị em cô cũng vì vậy. Hơn nữa, Clio nói, đến Hà Nội vẫn còn vợ chồng chị Mel và chị Tal.

Cô dựa người vào ghế, im lặng.

Không, cô đã trải qua một cuộc đấu tranh ghê gớm mới khiến trong nhà tin tưởng và được phép rời thành phố. Cô khẳng định, đến Hà Nội cô sẽ lại lao vào vòng tay những người mới có quyền chăm sóc cô – các chị gái ấy. Sự thật thì sẽ không như vậy. Cái nhìn của Ơtec khi chị nghe cô hứa với trong nhà, cô nghĩ chị nhận ra cô sẽ không bao

giờ làm thế. Chị nói: "Clio à, tự chăm sóc chính mình."
Cô từng ghét chị gái mình quá dịu dàng, quá chuẩn mực, quá... chuẩn xác trong việc nhận ra cô muốn gì và cần gì. Cô chỉ có thể trách chị rời gia đình quá sớm, để cô lại đối mặt với căn phòng đôi mênh mông. Clio thừa nhận, cô vẫn luôn ngưỡng mộ chị biết bao.

Bên cạnh cô, Quân ngồi nhắm mắt có vẻ rất thoải mái. Đến mức cô không nghĩ người này và người đã cầu xin, mong cô cùng đi với anh đến gặp bố mình đến nghẹn ngào, là một.

Từ lúc đó đến nay, anh ít khi nói gì đến bệnh tình của bố mình nữa, trừ khi cô hỏi.

Clio nhìn thấy dưới tay anh, điện thoại di động đang bật.

Cô liền nhắc anh về điều đó. Anh không mở mắt, đáp rằng, anh sợ có điện thoại.

"Anh sợ bỏ lỡ cuộc gọi của mẹ."

Hóa ra, anh vẫn đang lo sợ, có tin tức gì không hay. Clio bất giác nắm lấy tay anh.

Quân mở mắt nhìn cô.

Clio đỏ mặt, cô muốn rụt tay lại, đó chỉ là một hành động nhất thời thất lễ, thế nhưng anh đã nắm ngược lấy tay cô. Cô rụt lại, anh không buông, hơn nữa còn nở một nụ cười. Clio bèn dùng tay kia để gỡ, anh liền nắm trọn cả hai tay cô, giấu dưới lớp chăn. Cô muốn giằng lại thì tiếp viên hàng không đi qua, giằng co sẽ khiến cô xấu hổ hơn nữa, cô bèn để mặc anh.

"Anh vẫn chưa kể gì cho em về bác gái?"

"Mẹ anh là người tốt." Anh nói vỏn vẹn một câu.

Chỉ cần hỏi đến gia đình anh thì là như vậy. Clio hỏi han chẳng qua chỉ để chuẩn bị sẵn tinh thần. Không phải cô không thể hỏi trước ở chỗ Henry. Cô muốn anh trả lời.

"Đừng nhìn anh như vậy."

"Em đâu có nhìn anh."

"Thật không?" Anh nói, nheo mắt phải nhìn cô.

Cô thừa cơ anh sơ ý, giành quyền tự do độc lập về lại cho đôi tay mình. Anh mở hẳn mắt ra nhìn cô phản đối.

"Thực ra, anh sợ em đổi ý, không đi nữa."

"Máy bay đã cất cánh rồi, anh cũng biết em nói là sẽ làm." Cô thuận miệng trả lời, rồi sau đó tự giật mình, nếu anh hỏi ngược, rằng thực ra anh có biết gì về cô không, cô sẽ không thể đáp. Tuy nhiên, anh không nói gì. Cô cảm thấy từ giây phút bước lên máy bay, không, từ lúc quyết định giờ bay, anh đã bắt đầu căng thẳng, như sắp đi vào chiến trường. Anh đang giả vờ – bản năng báo cho cô hay – anh đang giả vờ bình tĩnh, thậm chí hài hước hơn bình thường. Cô không biết sao cô hiểu được điều này. Cô chỉ biết anh đang cố thân thiện, trái hẳn với những gì anh phải đang cảm thấy với cô. Giờ đây cô với anh là đồng minh, không còn là đối thủ trong trò giả trang nữa.

Anh không bắt bẻ cô, thay vào đó là nhìn chăm chăm.

Clio mặc kệ anh, cô ôm một khung thêu.

Thực sự là thêu thùa sao?

Đến bây giờ, anh không thể hiểu nổi cô. Cô trong đoạn phim đó, càng về sau càng phóng đãng, giống như là ghép người khác vào vậy.

"Đoạn phim đó... hôm đó em bị thuốc sao?" Anh bất chợt hỏi, buột miệng hơn là cố ý. Lời nói chạy nhanh hơn cả suy nghĩ của anh.

Bàn tay đang đưa mũi lên mũi xuống đều đặn không ngừng lại, chỉ có anh thấy được sắc mặt cô tái đi, hoàn toàn không vì ánh sáng trong khoang thay đổi.

Cô nói. "Không phải."

Anh gật đầu, không nói nữa. Chỉ vì không biết nói gì hơn.

Chuyện trò giữa họ cũng tắt lịm từ khi ấy.

Không phải anh không hối hận đã nhắc về chuyện đó, anh thích nói chuyện với cô hơn là im lặng ngắm cô thêu. Mũi thêu nhanh và chuẩn xác như không cần suy nghĩ. Cô thêu một con chim nhỏ, đậu ngược trên một quả thông, ánh mắt nó sinh động như nói chuyện. Một cô gái có tâm hồn tinh tế thế nào, thì có thể có đường kim mũi chỉ sâu sắc như thế, hay tất cả chỉ là kỹ thuật, như cái cách cô đã giả dối anh?

Lúc này Quân không muốn nghĩ về những điều đó, bàn tay anh trống rỗng vì cô đã rút lui, anh nắm chặt lấy tay ghế hành khách, cố quên đi điểm xuất phát, điểm đến, quên đi cả hành trình và mục đích của nó.

Khoang máy bay chỉ có mình họ, cả hai im lặng, tức là tất thảy cũng im lặng. Clio tập trung vào thêu, nhưng cuối cùng tâm hồn cô cứ bay bổng. Mũi thêu của cô không cần suy nghĩ, cứ thế mà thêu ra một con chim nhỏ.

Đó là cách của Clio, cô kiểm soát từng đường thêu của

mình, luyện tập rất nhiều để đường kim đạt đến độ chuẩn xác và nhanh nhẹn hơn người, trong lúc tập trung nhất, lòng cô lại có thể thơ thẩn mà suy nghĩ.

Cô biết anh đang nhìn vào cô từ đằng sau. Cô nghĩ anh hơi kỳ lạ, anh quý trọng gia đình lắm, nhưng không thường nói về họ.

Hoặc là, anh không muốn nói với cô thôi.

Chuyện anh vừa nhắc đến, nó làm cô xáo động đôi chút. Có lẽ, bởi vì nó là thứ khiến tình cảm cô đang xây dựng giành cho anh tan vỡ, nhưng cô không có gì để giải thích. Cô không muốn giải thích với anh, kể ra câu chuyện đời cô, rồi để anh phán xét mình.

Không phải vậy, cô sẽ không nói với anh, cũng như anh giữ đời anh, gia đình anh lại cho riêng mình vậy.

Đến Hà Nội, thời gian ngồi trên xe về thành phố còn lâu hơn trên máy bay, cô không thể thêu tiếp, nhìn sang anh thì đang đọc tạp chí. Cô không biết bắt chuyện với anh thế nào, bèn yên lặng nhìn đường phố vào giờ tấp nập xe cộ. Qua rất nhiều đoạn đường, những cảnh lạ, cô muốn hỏi anh, nhưng rốt cuộc lại thôi.

Đây dù sao cũng là lần đầu tiên cô đi thủ đô.

Lần đầu tiên cô ra mắt người lớn nhà người ta – dù là giả vờ – với tư cách con dâu tương lai.

Tự nhiên, cô thấy ghét anh ghê gớm.

Cô lại không biết thể hiện thế nào cho người khác biết mình ghét họ. Không, cô học giấu cảm xúc của mình quá lâu. Chỉ có mình anh hay gây cho cô những cảm xúc trái ngược và bối rối đến để lộ bản thân mình.

Cô càng im lặng hơn nữa.

Anh muốn cho xe đến thẳng bệnh viện. Nhưng như vậy không phải phép với cô. Anh cũng không biết nên mở miệng hỏi cô thế nào, đành đưa cô về khách sạn.

Không phải anh không nghĩ đưa cô về biệt thự, nhưng nếu cô ở bên ngoài, vừa có vẻ đúng phép tắc, vừa sẽ có lý do để anh đi thăm và gặp cô ở ngoài tầm quan sát của người lớn trong nhà. Đừng nên để lộ rằng tình cảm chưa kịp xây dựng của họ đã không đấu thầu thành công.

"Em đi nghỉ đi. Giờ này có lẽ nhà anh tập trung cả ở bệnh viện rồi. Em cứ nghỉ ngơi, ăn tối, sáng mai anh đón em đi thăm bố." Anh nói khi người ta đang dở đồ của cô mang vào trong. Cô đứng với anh trong sảnh khách sạn, nhận ra là anh định đi ngay.

"Em theo anh vào viện luôn."

"Không cần đâu, em..."

"Như vậy sẽ hợp lý hơn." Cô nói, không hiểu sao mặt cô tái xanh, cả người cô dưới ánh đèn trong đại sảnh này trông như một xác ướp trắng bệch. Có lẽ chuyến bay làm cô mệt mỏi lắm.

"Em có vẻ yếu lắm." Anh nói. "Cứ vào trong nghỉ đi đã vẫn hơn."

Cô nghe thế mới đồng ý. Vẻ ngoài của cô bây giờ, có thể dọa người khác như thần báo tử mất. Anh thật sự muốn đo xem huyết áp, nhịp tim của cô thế nào. Nếu cách đây một thời gian, anh sẽ thật tự nhiên mà làm vậy theo ý mình. Nhưng bây giờ giữa hai người đã khác, cô và anh xa lạ.

Cô rời anh, bước vào thang máy. Quân cứ đứng mãi, chờ thang máy báo lên đến tầng mười hai – phòng cô, rồi mới quay đi.

Clio, thực sự rất yếu ớt về mặt thể chất.

Cô thực sự cảm thấy tức giận trước sự yếu ớt của bản thân mình. Người nhà anh ta sẽ nghĩ gì khi cô đã đến, nhưng để anh vào thăm viện một mình?

Bước vào căn phòng mà "người yêu" đặt cho mình, cảm giác cũng thật lạ lắm. Trong phòng khách sạn không có một bông hoa nào, cũng không dùng một hương liệu nào đặc biệt theo yêu cầu của anh. Cô rất dễ bị dị ứng, anh biết vậy. Phục vụ phòng vui vẻ chỉ cho cô phòng tắm, nói với cô về những yêu cầu đặc biệt khi anh đặt phòng, líu lo về sự chu đáo ấy. Cô thấy chu đáo không có gì lạ cả, chỉ vì đó là chuyên môn của anh mà thôi.

Clio không muốn ngồi xuống nghỉ ngay, cô bắt đầu dỡ đồ đạc ra, cô chỉ đi ba ngày, nên không mang theo gì nhiều, chỉ một loáng là xong vậy mà vẫn làm cô mệt lả.

Ăn uống cẩn thận xong, cô đi ngủ. "Người yêu" cô không hề gọi điện hỏi thăm, cô chỉ việc báo với các chị ở nhà là mình đã đến nơi. Sau đó đi ngủ. Sáng mai cô sẽ đi gặp "bố mẹ chồng tương lai", cần phải dưỡng sức.

Chiếc xe thể thao trắng đỗ trước cửa khách sạn, Quân mở cửa, Clio bước vào. Anh đã đến sớm và dùng bữa sáng với cô và bây giờ họ cùng đến bệnh viện.

Sáng nay gương mặt cô đã hồng hào hơn, làm anh thấy

bớt lo, vậy mà lúc này, vừa lên đường đến bệnh viện, mặt cô lại tái trở lại.

"Em... mở cửa sổ được không?" Cô nói.

"Em có chắc không? Bên ngoài rất bụi."

Cô gật đầu, anh liền hạ cửa sổ xuống, có lẽ trong xe bức bí quá.

Quân cẩn thận quan sát cô, Clio không thích bị quan sát. Cô quay sang hướng khác.

"Gần đến rồi chưa ạ?" Giọng cô có vẻ run, hay cô căng thẳng?

"Một đoạn nữa thôi." Anh chợt nhớ ra một chuyện. Không lẽ? "Em... chuyện ngày trước em ngất xỉu vì thấy máu, là thật phải không?"

Mặt Clio tái xanh nhìn sang anh. Anh không ngờ, có lúc cô trông yếu ớt đến vậy.

Cô gật đầu.

"Chuyện... em sợ máu là thật?"

Gật đầu.

Anh sao lại quên nhỉ? Anh Lân từng nói, cô cả đời chưa từng bước chân vào bệnh viện, bởi vì quá sợ máu. Ốm yếu bẩm sinh, nhưng luôn là bác sĩ đến tận nhà khám, đến máu của mình cô cũng không dám nhìn.

Giờ đến anh tái mặt. Bất ngờ là, cô nắm lấy bàn tay anh. Bàn tay cô lạnh toát làm anh giật mình. Mím môi, Clio nói.

"Em xin lỗi."

Trong đời cô, không biết đã từng nói xin lỗi chân thành

đến thế hay chưa, nhưng lúc này cô thật sự quá sợ hãi. Cô cảm thấy hèn yếu nữa, bởi vì cô lại sợ máu đến vậy.

Cô xem phim, đọc sách, chưa hề cảm thấy sợ, nhưng chỉ cần nhìn thấy máu thật, cô không hiểu sao cảm thấy choáng váng, giống như một nỗi ám ảnh xâm chiếm, xây xẩm mặt mày đến ngất xỉu.

Bệnh sợ máu là biểu hiện của tinh thần yếu đuối, cô không chịu được việc ngoài cơ thể bệnh tật, cả tinh thần cô cũng hoảng loạn vì một nguyên nhân như vậy. Nhưng càng ghét bỏ chứng bệnh của mình, cô càng áp lực hơn, mỗi lần thấy máu là không kịp suy nghĩ tỉnh táo gì nữa cả.

Anh nói. "Đừng xin lỗi, đâu phải lỗi của em."

Cô muốn nói anh hay, thực ra cô xin lỗi theo bản năng, phản xạ mà thôi. Trước khi họ kịp nói gì thì xe đã dừng lại, tài xế còn lịch thiệp mở cửa cho họ nữa. Trông Quân giống như bị đấu tranh nội tâm gay gắt. Anh bước vòng qua xe, nắm lấy tay cô dẫn vào trong.

Bàn tay Clio lạnh ngắt, mồ hôi toát ra ướt cả tay anh. Cô gỡ tay ra, không muốn tiếp tục nắm tay anh, nhưng tay Quân cũng cứng như đông đá, anh khư khư giữ lấy cô.

Anh dắt cô vào trong, đi rất nhanh. Cô cũng sợ, chỉ biết bước theo anh, không dám nhìn quanh quất. Bản năng luôn ép cô quan sát kỹ tình hình xung quanh, nhưng lần này thì không. Cô gần như không dám mở mắt, đi theo anh, chỉ mơ hồ nhận ra không gian quanh họ có rất nhiều người qua lại, rất nhiều màu trắng toát. Cô cảm nhận tất cả bằng cảm giác chứ không phải thị giác thông thường nữa. Cô chỉ nhìn chằm chằm xuống chân anh đi trước, chân cô theo sau.

Đến thang máy, anh cũng bước vào trước, ấn vào phím năm.

Ding.

Thang máy bắt đầu chạy.

Cô bắt đầu lấy lại hơi thở bình thường.

Thang máy giống như trái tim anh trong lồng ngực, cứ thế đi lên. Hốt hoảng, anh đã muốn đưa cô đi khỏi ngay tức khắc. Thiếu chút nữa Quân đã nói tài xế đưa họ quay về. Nhưng còn bố anh nữa, ông ấy đang đợi.

Trong đời Quân, chắc không có quyết định nào khó khăn hơn thế. Anh cảm thấy mình tàn ác mới nắm chặt lấy tay cô dẫn đi như vậy. Gương mặt trắng tái ngơ ngác của cô khi nhận ra họ đã bước vào trong thang máy rồi, khiến anh đau xót.

Anh thở phào khi cửa thang máy đóng lại.

Để lại thở gấp khi nó lại mở ra. Không, Quân chết đứng.

Họ bước ra, gặp một giường bệnh khẩn cấp đi vào.

Trên giường, lẫn lộn máu huyết trên nền vải trắng phủ lên bệnh nhân đang cơn nguy kịch. Màu máu đỏ rực rỡ đập thẳng vào mắt anh.

Và cả Clio.

Chúa ơi!

8

Nhưng có một ngày
Hỡi em!
Mùa đông sẽ trên má
Mùa hè sẽ trong tim.

— HEINRICH HEINE —

Tối đen, Clio chỉ thấy một màu tối đen. Bóng tối phủ lên mắt cô.

Và ngửi thấy nữa, một mùi hương ấm áp.

Cô chỉ kịp nhìn thấy thang máy mở ra, bước theo anh ra ngoài, chững lại khi bước chân anh dừng, và ngẩng đầu lên. Và thấy một thoáng cái gì màu đỏ...

Cô chưa kịp nhìn rõ, thì anh đã bịt lấy mắt cô, bàn tay anh che ngang mắt cô, như đứa trẻ con chơi trò bịt mắt, anh kéo cô úp mặt vào lòng anh. Trước khi cô nhận biết được điều gì, thì cô đã ở đó rồi.

"Đừng sợ." Anh nói, giọng anh có vẻ run.

Một hoàng tử bạch mã thì không được run sợ, cho dù là chuyện gì xảy ra. Chàng ta phải luôn dũng cảm kiên cường, có thế mới che chở được cho công nương của mình.

Nhưng là anh... đang lo sợ cho cô?

Đừng sợ, một bàn tay anh đặt lên mắt cô, một bàn tay vỗ trên mái đầu cô, kéo dần xuống lưng cô, ôm lấy Clio.

Thật lâu, thật lâu, anh mới buông cô ra.

Clio lấy lại gương mặt bình tĩnh trước. Cô nói, "Cảm ơn anh."

Thật sự, cảm ơn anh.

Trông anh như mới hoàn hồn, vừa đau xót, lại có cái

biểu hiện mà cô không đọc được. Có một ánh sáng sâu sắc kỳ lạ trong mắt anh nhìn cô, ánh sáng gì đó như từ tình âu yếm hay nỗi sầu muộn... trong một khoảnh khắc ngưng đọng hiếm hoi cô chưa từng biết đến.

Đã bảo cô không quen đọc gương mặt người khác mà.

"Đi thôi." Anh nói, nghèn nghẹn và quay đi.

Đó là một người đàn ông trung niên, trẻ hơn bố cô nhiều, nhưng bị bệnh tật hành hạ đến còm cõi. Khổ người ông từng to lớn, giờ chỉ còn là một bộ xương khoác tấm áo bệnh nhân một cách lỏng lẻo. Ông Trung không nói được nhiều, nhưng thay vào đó, đôi môi không ngớt nụ cười về hướng hai người trẻ tuổi.

Vợ ông ngồi bên cạnh, gọt lê cho cô và anh. Bác gái thuộc kiểu người mảnh khảnh, không cao lắm, cho nên vóc dáng của Quân chắc là thừa hưởng từ bố.

"Hai đứa ăn trái cây đi." Bà Dung cười nói, vô cùng vui vẻ.

Clio vốn rất giỏi trong việc này. Đóng vai một cô gái nhu mì, ăn nói lễ phép, lời ngọt tiếng ngào, dễ dàng lấy lòng người lớn. Quân đứng dựa vào khung cửa, dáng anh đổ dài trên nền đất, chạm đến chiếc giày lụa của cô. Cô ngồi trên ghế, nói chuyện với bố mẹ anh.

Nhưng bằng khóe mắt, cô vẫn cứ hình dung ra gương mặt người ấy đang quan sát cô thế nào. Anh không nói nhiều, chỉ đứng nhìn là chính. Cô không biết trông bố anh thế nào trước đây, nhưng căn cứ vào màu da quá xuống sắc, có lẽ ông cũng đã sụt giảm nhiều về cân nặng và dáng

vóc. Khí sắc đỡ đần cho ông chỉ là nhờ vào niềm vui về tinh thần là chính. Có lẽ, anh rất đau lòng.

Trước khi ông ra đi, đây là tất cả những gì anh làm được cho bố. Nếu không có ông anh đã chẳng là gì cả, chẳng được tồn tại trên đời.

Clio thoáng buồn. Anh rời khỏi khung cửa, bước đến bên cạnh cô. Có lẽ chỉ do vai diễn, nhưng anh đứng sát vào cô, một bàn tay đặt lên vai cô. Clio thuận theo phản xạ đỡ lấy tay anh, đặt nó trong tay mình. Cô ngước lên nhìn anh. Trong đôi mắt anh là cả một bể buồn rầu mênh mang. Cô khẽ mỉm cười với đôi mắt ấy, mẹ anh cười, nói gì đó, cô bèn quay lại với câu chuyện.

Hai vợ chồng này, cô biết họ là Việt kiều hồi hương, nhưng là vọng tộc danh gia, nên nói năng với họ càng thêm cẩn trọng lễ phép. Nếu đã làm, vậy cô sẽ cố gắng đóng thật đạt, thật tốt.

Có điều, sau khi vai diễn kết thúc, anh định sẽ nói gì với mẹ anh về cô gái mà anh đối xử tình cảm đến vậy?

Anh không biết cô là ai, ngoài một kịch gia đại tài.

Trước mặt bố mẹ anh, cô nhìn anh trìu mến như yêu anh với tất cả tấm lòng. Trong khoảnh khắc, anh dường như thấy ở cô một tình yêu thương vô hạn. Trong khoảnh khắc, anh cũng cảm thấy mình yêu cô say đắm.

Nhưng qua khoảnh khắc đó là hết.

Rời khỏi bệnh viện rồi, tay cô liền buông tay anh ra, trở về một gương mặt xa lạ. Không phải cô gái yếu ớt anh từng muốn ôm vào lòng để bảo vệ, không phải cô gái dịu dàng anh đã suýt nữa mang lòng yêu.

Sự căng thẳng cuộn xoắn lấy gan ruột anh, thậm chí không thể thở được. Và anh ăn một cú đấm tưởng tượng vào giữa lông mày. Nói cách khác đi là tim anh lỡ mất nhịp. Anh muốn tin, đó chỉ là lo lắng thường trực vẫn sống cùng anh trong những ngày này, nhưng lý trí của con tim cho biết anh đang che đậy điều khác. Anh không biết tại sao bây giờ anh lại sợ hãi thế này. Anh còn hoang mang không biết mình sợ hãi điều gì nữa.

Anh không quen hoang mang, anh chưa từng lo sợ như vậy.

Ba ngày, có khi là quá dài, đáng ra anh đưa cô trở về H, rồi quay lại Hà Nội lần nữa, thăm bố, rồi từ đây đi thẳng sang trường, anh sẽ không bao giờ phải gặp lại cô gái đó nữa.

Anh cứ nghĩ mãi về cô, như một con chim bị nhốt trong lồng kính, cứ mãi đâm đầu vào kính lạnh, cứ mãi đâm đầu vào ngõ cụt.

Anh sợ, anh sẽ yêu cô, ngay cả khi không biết cô là ai.

Clio không biết mình là ai nữa.

Không, cô phải biết chứ nhỉ. Cô nhìn vào gương, một khuôn mặt tái nhợt chiếu tia nhìn thăm thẳm lạnh lẽo lại về phía cô.

Tại sao lại thế này?

Cô không quen hoang mang, cô chưa từng lo sợ như vậy.

Có thể nào lại như thế này không? Rằng cô rơi phải cái lưới do chính mình giăng lên?

Khi bàn tay anh đặt lên mắt cô, ấm áp lắm, làm cô quên

đi tất cả, nỗi sợ hãi, sự nghi ngờ bản thân mình,... Một bàn tay thôi, đã sưởi ấm cho cô, đã bảo vệ cô.

Cô nhìn chăm chăm vào gương mặt nhợt nhạt trong gương, cố tập trung một điều nào đó để thôi suy nghĩ, bởi vì chỉ cần ý niệm về người đó xuất hiện trong đầu là bụng cô lại nhộn nhạo, và tim cô giật nảy lên. Sự kinh hoàng khi hơi nóng dồn lên, mật thiết.

Clio cảm thấy mình yếu lòng. Không phải, cô là một kẻ có tâm hồn xấu xa và giả tạo, đáng ra, thời khắc trong bệnh viện, tất cả phải là giả dối mới phải. Vậy mà cô đã vào vai tự nhiên làm sao. Cô đã cảm thấy như đó chính là mình, thật hiền hòa mực thước, không hề giả tạo. Khi anh đến bên cạnh cô, cô cảm thấy thế là hoàn hảo.

Giống như, cô không ngần ngại để anh đứng bên như thế cả đời.

Cô sai rồi, anh ta đâu phải *người đó*. Vị hiệp sĩ trong mỗi giấc mơ của cô, không phải như vậy. Nhưng Clio tỉnh lại từ giấc mơ, bởi vì sau khi chàng cởi mặt nạ sắt, đó là hình ảnh cô đã ngắm suốt hôm qua, gương mặt của Bùi Việt Quân.

Chỉ có ba ngày là vở kịch kết thúc. Cô không thể mắc một sai lầm chết người như vậy. Với diễn viên, không thoát được vai diễn của mình đằng sau sân khấu, nó là một tai nạn nghề nghiệp. Với cô thì, đó sẽ là sai lầm chết người.

Cô sẽ phải giết một Clio giả tạo, độc ác đến rực rỡ để thay vào một Clio thánh thiện mà cô chưa từng làm được. Và quan trọng: anh cũng sẽ không tin cô.

"Clio?" Talia hỏi, cô giật mình.

"Dạ?" Cô không thích Talia, không thích nhất trong số chị em của mình. "Chị nói gì ạ?"

Talia khẽ búng lên điếu thuốc trên tay, tàn lửa rơi xuống chiếc gạt tàn bằng đá. Chị thổi ra một vòng tròn khói. Có thể làm điều này, Clio chỉ mới nhìn thấy trong truyện tranh thôi.

Tự hỏi anh rể thấy cảnh này sẽ nói gì.

Không thích Talia, không phải vì chị đáng ghét, mà Talia đại diện cho tất cả những gì cô không dám trở thành. Cái phần xấu xa của cô, nó không thể nào giống như Talia, phô bày tất cả suy nghĩ độc địa của mình một cách ngọt ngào đẹp đẽ, trở thành thứ mật ngọt chết người, giăng lên những cái bẫy bí ẩn mà bao nhiêu người tình nguyện lao đầu vào.

Talia là bà hoàng bóng đêm rực rỡ, quyến rũ nhất mà Clio từng gặp.

Talia phá lên cười – lần thứ một vạn vạn Clio nghi ngờ chị có khả năng đọc được suy nghĩ của người khác, hay của riêng cô – chị hỏi lại.

"Đã tìm thấy bạch mã hoàng tử của em chưa, hả cưng?"

Cô lắc đầu. "Chính chị nói ngựa trắng thuần chủng giờ đã tiệt chủng rồi."

"Nhưng sau đó con người lại sản xuất ra Ferrary trắng em à." Chị nói, khẽ hất đầu về phía bên ngoài.

Quân đang đứng đó, vừa bước ra khỏi chiếc xe đẹp đẽ tinh khôi, cô đã bảo anh cô sẽ đi một mình, nhưng anh nói anh nên đưa cô đi cho phải đạo. Không giữ tài xế, anh một mình lái xe chở cô đi.

Trước khi anh vào trong phòng trà, Clio đã đứng dậy tạm biệt chị gái mình, cô không biết được gặp anh rồi chị cô sẽ có thể nói những gì, trêu chọc họ ra sao, nên rút lui trước cho yên chuyện.

Talia như cũng đoán được suy nghĩ của cô, khẽ thở dài. "Chị đâu có định ăn thịt cậu bé của em đâu mà."

Clio đỏ mặt, rời đi. Cô gặp anh ngay cửa và trở vào xe.

"Tại sao không ngồi thêm chút nữa? Sợ anh làm phiền hai chị em?"

"Không, chỉ không ngồi lâu làm gì cả." Cô nói, với anh, gần đây cô cố tình quên cho kính ngữ vào lời nói, nghe cũng là lạ, buồn cười.

Nếu để anh gặp Talia thì sẽ thế nào? Anh có khinh thường cô không? Gia đình anh liệu có giống nhà cô, không thích có người theo nghề nghiệp như vậy, cho dù là một ngôi sao hàng đầu? Huống hồ, thời điểm này chuyện của Talia đang là tâm điểm của mọi tờ báo lá cải, mọi moi móc và sỉ nhục công khai cố tình.

Không, cô không nghĩ cô cần quan tâm đến việc này, bởi vì vở kịch sẽ kết thúc trước cả khi họ kịp nghĩ đến những chuyện như vậy. Cô chỉ sợ, anh gặp nữ hoàng xinh đẹp đó rồi sẽ ra sao mà thôi.

"Anh... quen anh Lân trước hay là chị em trước?" Bỗng nhiên Clio hỏi.

Quân đang lái xe, anh không quay sang nhìn cô. Có nhìn cũng sẽ thấy kín bưng, không để lộ gì.

"Anh gặp chị em trước, chị Otec, sau đó mới được giới thiệu với anh Lân."

"Ấn tượng ban đầu của anh với chị ấy thế nào?"

"Thành phố H." Quân không ngần ngại đáp ngay. Đó là thành phố đã trở thành huyền thoại trong lòng anh, là câu chuyện bố mẹ anh lặp đi lặp lại, khí chất của Otec thật giống chốn thân thương đó trong lòng họ. "Chị gái thật xinh đẹp nhã nhặn tuyệt vời. À, anh nghĩ ngay đến kiểu thiếu nữ mà bố anh thường kể. Ông còn nói, mẹ anh cũng không phải là một tiểu thư đích thực. Mẹ liền bảo tiểu thư đích thực đã bị chế độ tiêu diệt sạch rồi." Anh cười khùng khục khi nói đến đây. "Đừng đụng chạm đến chế độ ở nhà anh, nó hơi bị nhạy cảm."

"Em hiểu rồi." Clio gật gù. "Phải nói trước với anh là nhà em thuộc loại cộng sản từ trong máu đấy. Bất chấp làm ăn thế nào... Anh cẩn thận xe kìa."

Quân cười vang.

"Nếu không phải chị ấy... đã có chồng, chắc anh cũng chọn chị ấy rồi nhỉ?"

Quân lợi dụng điểm thông thoáng để quay sang nhìn cô, nhưng cô lại đang bận nhìn đường.

"Em mà nói thế trước mặt anh Lân, anh ấy sẽ giết anh." Anh nói. "Không, không. Chị ấy đẹp thật nhưng... không phải kiểu của anh." Nhìn vẻ đẹp thanh lệ diễm kiều đến mức ấy, anh chỉ cảm thấy mến mộ, có thể nảy sinh tình thân ái nhưng không thể có lòng tà vọng. Khác hẳn khi so với người nào đó tao nhã sáng ngời, người nào đó thanh tú mà dịu dàng, ngọt ngào mà sâu sắc, người nào đó... đang ngồi cạnh anh đây. "Vả lại lúc ấy chẳng nghĩ đến yêu đương nghiêm túc gì!"

"Ra vậy."

"Anh chỉ mới biết bệnh tình của bố gần đây thôi, khi ông quyết định về Việt Nam, thậm chí mở lời yêu cầu anh lấy vợ. Hai người họ đã giấu anh cho đến giây cuối cùng." Giọng anh có vẻ bình lặng, cô biết anh đang cố che giấu sự cay đắng. "Vì việc học của anh vẫn chưa kết thúc."

"Nếu chúng ta có thể lấy nhau thật thì tốt rồi, hai người sẽ rất vui. Anh lại còn rất giống bạch mã hoàng tử của em nữa."

9

Tháo chiếc mặt nạ.
Mở rộng tấm lòng.

— AN NI BẢO BỐI —

Clio quay sang cười nhìn anh.

"Đùa thế thôi, chứ đó là việc không thể, phải không?"

Xe đột ngột phanh lại, may mà không phải đang đi tốc độ cao, nếu không đã đập đầu vào tay lái. Bên ngoài có tiếng xe máy bấm còi, lái xe phanh lại đột ngột, suýt nữa tông vào xe anh, gã chửi toáng lên.

Người ở đây rất giỏi, chửi toáng lên ngay cả khi mình sai mười mươi.

"Đi đứng thế hả? Dừng đột ngột vô lý thế hả?"

Rõ ràng đang là đèn đỏ. Anh dừng lúc đèn đỏ trong khi mọi xe khác coi đèn đỏ không ra gì thì anh đã phạm... luật rừng.

Quân khẽ bấm nút đẩy cửa sổ xe lên, anh quay sang cô.

Clio nói, đèn xanh kia.

"Tại sao lại là bạch mã hoàng tử?" Anh hỏi, cho xe tiếp tục đi.

Cô nhún vai.

Đáng ra cô không nói với anh đâu, Clio của ngày bình thường không thể, Clio với người bình thường không thể.

"Đó là một chuyện trẻ con, từ hồi nhỏ..." Clio không bao giờ kể với ai, hay không bao giờ tình nguyện. Mọi người biết được chẳng qua là vì Talia, mà Talia biết thì chỉ

do Téc trộm nhật ký của cô đưa cho chị ấy. Clio khi đó đã tức đến phát khóc. Một giấc mơ lúc này có thể nói ra với cả một người xa lạ, nhưng vào khi ấy, nó thiêng liêng đến nỗi ngang giá với những giọt nước mắt của con người gỗ đá như cô. "Đọc cổ tích thường thấy hoàng tử cưỡi bạch mã rất oai phong. Em cũng đã muốn một chàng như vậy, hoàn hảo." Cô nhẹ lắc đầu, và khẽ vẫy cổ tay với phong thái của một nữ hoàng trẻ tuổi. Hèn gì mà cô có thể lấy được lòng của bố mẹ anh đến thế.

"Có tiêu chuẩn cụ thể không?" Anh nói, việc nói chuyện khi đang lái xe tạo một dáng vẻ lơ đãng không trách cứ được.

"Ừm..." Cô suy nghĩ. "Có chứ, ngoại hình phải đẹp đẽ, gia thế phải cao sang, tiền tài phải rạng rỡ mặt mày,..."

"Có vẻ vật chất quá nhỉ?"

"Phải, bây giờ anh biết đấy, em không hề ngây thơ. Vật chất tiền tài đóng vai trò quan trọng mà. Tất nhiên, là còn chút tiêu chuẩn về phong thái và tính cách."

"Anh đã nghĩ sai về em rồi thì phải, Clio ạ."

"Đa phần mọi người đều thế."

Anh không đáp lại lời này của cô.

"Thế, anh đáp ứng đủ những điều này sao?"

"Cũng tàm tạm." Cô đáp mơ hồ.

Quân khẽ cười, cô cảm thấy anh đã hiểu sai ý mình. Clio ghét đàn ông có tính tự mãn. Thế là cô nói thêm.

"Hồ sơ của anh có một vết đen."

Anh không thoát khỏi ngạc nhiên.

Nếu một người đàn ông định che giấu khỏi người đàn

bà một điều gì. Anh ta nên nghĩ trước phản ứng của cô ta sau khi biết chuyện.

"Vết đen thế nào?" Anh hỏi bằng giọng tò mò chứ không hề lo lắng.

"Trêu hoa ghẹo nguyệt. Tán bướm đùa ong."

Cô nói, anh dừng xe.

Bởi vì họ đến nơi rồi. Quân xuống xe trước, anh mở cửa cho cô.

"Anh Lân nói với em chuyện này?" Anh khá nghi ngờ việc Ơtec biết được những gì anh làm bên ngoài trường đại học và viện nghiên cứu. Chị ấy rất có thể xây nguyên một bức tường dày cả thước để bắt anh tránh xa em chị.

Clio điềm nhiên nắm lấy tay anh để bước ra khỏi xe. "À, không phải, em đã tự tìm hiểu." Nói chung cô đánh giá cao việc anh không có phản ứng ngây người ra mà ngạc nhiên. "Cũng đã lâu rồi. À, cảm ơn." Cô nhận lấy túi xách mà anh đưa.

"Không có gì." Anh đáp. "Nhưng Clio, em là cô gái khiến người ta phải ngạc nhiên đấy.

"Chứ không phải là lo sợ?" Cô hỏi. "Một số người cho đó là hiểm trá."

"Binh bất yếm trá." Anh nói. "Mặt khác, bây giờ em cảm thấy không cần phải vờ vịt với anh nữa, liệu anh có nên mừng về điều đó không?"

"Không, anh nên cảm thấy sợ hãi." Cô trả lời, hướng về phía cửa bệnh viện không cần đợi anh đi theo.

"Phải, anh đang lo lắng mình sẽ thực sự yêu con người này đây." Quân nhanh chân bước lên phía trước cô như một hành động quá tự nhiên, dắt cô vào trong.

Phòng bệnh của bố anh không có người. Bất kể lúc đó họ đang nghĩ gì thì nó cũng trôi tuột đi ngay tức khắc, trống rỗng như chính căn phòng đó.

Hay là tràn ngập lo sợ.

Clio vừa mở cửa nhìn vào bên trong, liền quay sang nhìn Quân, gương mặt anh tự nhiên cứng lại. Không, anh còn sợ hãi hơn cô nhiều. Không chần chừ, cô nắm chặt lấy tay anh. Trong lúc này, cô mới là sức mạnh của anh. Clio hầu như lôi anh đi qua những dãy hành lang. Hành lang dài của dãy phòng bệnh cao cấp nối nhau trắng muốt, cô túm lấy một y tá vừa đi ngang qua. Cô ấy chỉ cho họ xuống phòng cấp cứu ở tầng bốn.

Hai người đi như chạy, anh như hoàn hồn rồi, cùng với cô chạy thật nhanh vào thang máy. Chỉ có một tầng lầu, mà với họ còn dài hơn cả một con dốc, như sắp tuột xuống tuyệt vọng.

Họ tìm thấy bác gái ngồi trước phòng cấp cứu đang sáng đèn.

"Có chuyện gì vậy mẹ? Chuyện gì xảy ra? Mẹ à!"

Mẹ anh giống như người đã đi vào một cơn mơ, hỏi cũng không trả lời.

"Quân!" Cô kéo tay anh. "Mau đi hỏi bác sĩ."

Clio muốn đi theo Quân nhưng cô vẫn ở lại ngồi với người phụ nữ đang run rẩy như không biết mình là ai. Clio chưa từng phải lo lắng cho ai, chỉ có người khác chăm sóc cô thôi. Bây giờ cô cũng không biết phải làm gì ngoài khuyên bà bình tĩnh, người có vẻ như không nghe thấy cô nói gì.

"Tôi, tôi và ông ấy đang ngồi xem ảnh của bọn trẻ, tự nhiên ông ấy nhắc tới... tới thằng Duy, rồi ông ấy, rồi ông ấy... ông... tôi..."

"Bác à, bác bình tĩnh đi ạ, sẽ không sao đâu."

"Nếu ông ấy có chuyện gì, tôi... tôi biết phải làm sao..."

"Bác à, bác, bác!"

Bà Dung đã ngất đi. Clio khống chế mình không được hoảng loạn. Cô đặt bà nằm xuống, trước tiên đi gọi y tá. Cô thấy mình tự xử lý mọi việc. Quân còn chưa quay lại, Clio phải giúp bác ấy nhập viện.

"Do lo lắng quá khiến huyết áp thay đổi đột ngột và tạm ngất đi, không sao đâu." Bác sĩ nói.

Clio nói cảm ơn bác sĩ, rồi nhìn thấy Quân vừa bước vào.

"Bác trai sao rồi anh?" Cô hỏi, thấy cái nhìn của anh, cô liền đáp ngay lời của bác sĩ. "Anh đừng lo."

Quân ngồi xuống ghế, trông anh như kiệt sức. Anh cũng chỉ kể vắn tắt lại tình hình. Bố anh sức khỏe đã quá yếu, không chỉ mình HCC, mà còn cả suy tim. Bởi vì quá xúc động mà phải vào phòng cấp cứu.

Bây giờ ông ấy đã không sao rồi. Quân đưa bố trở về phòng bệnh xong thì quay qua chỗ mẹ anh.

"Anh sợ, sau khi ông ra đi rồi, e cả mẹ cũng không chịu được..." Quân nói, nhìn người nằm trên giường bệnh. Anh không ngờ cả bà cũng yếu như thế. Mà suốt mấy tháng qua bà đã luôn túc trực bên cạnh bố anh.

"Chuyện này... anh đừng nói gở, đừng suy nghĩ quá nhiều, bây giờ sức khỏe bác vẫn ổn mà."

Cô nói, cảm thấy mình vô dụng hơn bao giờ hết vì không nghĩ ra điều gì hơn để nói với anh. Nếu là các chị gái cô, sẽ biết phải nói gì. Cô luôn ép người khác quan tâm đến mình, bây giờ cô cũng không biết làm thế nào quan tâm đến người khác.

"Duy... Mai... các con à... ôi các con tôi..." Người trên giường bắt đầu thì thào, cô tưởng bác đã tỉnh, vội đến gần, chụp lấy bàn tay đang quơ loạn. Bàn tay gầy guộc nắm chặt lấy tay cô, khẽ ứa nước mắt, tiếng thì thào đã mất hẳn. Nhịp thở lại từ từ bình thường trở lại.

Clio quay sang anh, ánh đèn bệnh viện chiếu trên mặt anh. Heo hắt.

"Gia đình anh, chỉ còn mỗi mình anh thôi." Quân nói. Anh nhìn cô, ánh nhìn khiến cô đau lòng. Anh đã kiệt sức rồi. "Mười tám năm trước, anh trai anh – anh ấy vốn rất ưu tú, nhưng cũng thích làm trái luật lệ. Chưa đến tuổi thành niên, anh ấy lái xe tới một buổi tiệc, lao ra đường cao tốc rồi gặp tai nạn không qua khỏi, trên xe không chỉ có mình anh ấy mà cả bé Mai. Trong một đêm, bố mẹ mất đi hai đứa con."

Clio giật mình, cô nhìn bàn tay trong tay mình, bàn tay người phụ nữ gầy yếu, lấm chấm đồi mồi. Như trong giấc mơ bà cũng có ý chí, buông tay cô ra, để Clio đi đến bên anh.

"Anh thường tự nghĩ, nếu hôm đó anh cũng đi cùng hai người đó thì sẽ thế nào, anh có ngăn được anh trai anh đi con đường đó không. Hoặc nếu anh bảo bé Mai không đi, hay thậm chí thuyết phục cả anh ấy không đến dự bữa tiệc

nhà Dominique. Nếu như thế, thì mọi chuyện sẽ thế nào? Hoặc chỉ có thể là, anh cột dây giày lâu hơn một chút, thì chiếc xe đã không ở đó vào thời điểm tai nạn xảy ra?"

"Chẳng có *nếu* ở đây." Cô vội nói, ngăn dòng suy nghĩ của anh lại. "Chuyện qua rồi làm gì có nếu nữa. Anh đừng suy nghĩ nhiều như thế..."

"Anh..."

"Thôi đi." Cô nói, cảm thấy từ chuyện này dẫn đến chuyện kia, con người ta dễ từ bất hạnh này nhớ đến bất hạnh kia trong đời. Chứ "Nếu" dễ đưa con người vào trong cái chuỗi dài đau khổ và thắc mắc, rồi trở nên tuyệt vọng vô bờ bến. "Em xin anh, thôi đi nào."

Cô bước đến bên anh, bất giác ôm lấy anh.

Khi ấy, cô nhìn qua cửa sổ phòng bệnh, nhìn thấy một giường cấp cứu chạy qua, trên giường vây màu đỏ, Clio cảm thấy hoa mắt, nhưng trong lòng cô, người này còn đang khổ sở, cô nghẹn lại, cố đẩy cơn buồn nôn ra khỏi mình, ôm lấy anh càng chặt hơn.

Cô chỉ ước rằng, thân nhiệt của cô không bẩm sinh lạnh lẽo như thế, vậy lúc này cô đã có thể giúp anh cảm thấy ấm áp.

Quân lấy lại bình tĩnh rồi thì Clio đã ngủ thiếp đi, vòng tay mảnh khảnh còn choàng lấy anh.

Tất cả mọi chuyện này đều thật kỳ lạ. Lúc này anh lại ở đây với cô gái này, còn nhận được sự an ủi từ cô. Một sự an ủi rất chân thành.

Anh nhìn sang giường bệnh, hơi thở đều đặn cho thấy

mẹ anh đang có một giấc ngủ sâu. Anh muốn sang thăm bố, nhưng không nỡ gỡ vòng tay này ra.

Hôm nay anh quá xúc động. Hết bố đột ngột trở bệnh lại đến mẹ anh cũng ngã quỵ. Anh thực sự đã rất sợ, anh lại một lần nữa mang cái cảm giác như năm ấy, mất đi cả anh trai và em gái mình.

Anh không biết phải làm sao. Nếu cả bố và mẹ hôm nay ra đi, sẽ chỉ còn mình anh đơn độc trên thế giới này thôi. Việc mất đi gia đình là một điều gì chỉ mới nghĩ đến đã thấy đáng sợ biết bao nhiêu rồi. Cho nên, bố mẹ đã muốn anh sớm gây dựng một gia đình riêng cho mình. Để cái mất mát này dễ bù đắp hơn.

Mấy tháng qua anh đã học chấp nhận việc bố có thể ra đi bất kỳ lúc nào. Học y, anh biết rõ tình trạng bệnh của bố đã đến giai đoạn nào. Anh đã làm quen với nhiều cái chết, nhưng cái chết của người thân vẫn luôn là việc khác hẳn. Quân đọc muốn thuộc từng dấu phẩy trong bệnh án. Anh tìm từng giáo sư trong khoa Huyết học và Ung thư[*], nhưng không ai giúp được gì hơn. Tất cả những cách chữa trị mới đều mạo hiểm, và bố anh không muốn thực hiện, ông không muốn kết thúc cuộc đời trong một bệnh viện xa lạ nào đó ở xứ người.

Bố anh, mỗi lần nhìn ông Quân lại cảm thấy lòng quặn lại vì đau. Anh vẫn không thể nào quen được hình ảnh ông như thế, những triệu chứng của căn bệnh quá rõ ràng, chỉ mới mấy tháng trước, sắc da của ông còn chưa vàng vọt

....
* Hemotologist and Oncologist.

đến thế. Anh không biết phải oán trách ai, hay oán trách bản thân mình, không phát hiện ra bệnh trạng của ông sớm hơn.

Anh muốn mở lời cầu xin, nếu các vị trên cao kia có thật, đừng lấy đi thêm điều gì nữa. Anh không cần hạnh phúc lớn lao gì, anh chỉ mong được thế này thôi là đủ.

Clio ngủ rất say, Quân cũng nhắm mắt lại, cảm thấy cô ở trên vai mình rất nhẹ. Cô thực sự quá gầy. Một tiếng thở khẽ cho anh biết người trên giường bệnh đang dần tỉnh. Anh mở mắt.

"Mẹ?"

Suyt. Mẹ anh chỉ đưa dấu bằng môi, anh đã hiểu. Mẹ nhìn anh, trên vai là người con gái đó, và bà mỉm cười, mãn nguyện.

Quân cũng cười với bà, anh đưa tay kéo cô vào sâu hơn trong lòng mình, hôn lên tóc cô. Dường như không đơn thuần vì bà đang nhìn họ.

May mà có cô ở đây, nếu không anh sẽ không biết phải làm sao.

Suýt nữa anh quên đi, đây chỉ là một vở kịch lớn anh đã năn nỉ cô tham gia mà thôi. Bởi vì sau đó, sau khi cô tỉnh dậy, khi chỉ có mình họ, cô sẽ lại giữ sự xa cách cũ. Và rồi, mấy ngày sau, chuyện này sẽ kết thúc. Anh mặc kệ, lúc này anh cần cô và vai trò của cô đang đóng. Anh cũng cảm động, đến tận đáy lòng, cảm động với cô.

Clio à, rốt cuộc em là ai?

Clio tỉnh dậy thì Quân đã rời đi rồi. Cô nhớ rất rõ mình

thiếp đi trên vai anh, nhưng tỉnh dậy thì đang nằm trên một chiếc gối kê đầu rất mềm mại. Cảm giác được kéo vào lòng ban nãy không biết là thực hay mộng, quanh cô còn giữ một mùi hương ấm áp.

Clio nhận ra, áo khoác của anh được đắp cho cô. Có lẽ, anh đã qua phòng bệnh của bác trai. Cô nhìn lên giường, đến bác gái cũng không thấy.

Y tá nói với cô, bác gái đã tỉnh và về nhà, chỉ có Quân tiếp tục giữ phòng bệnh đó lại cho cô được nghỉ thêm một lúc.

Chẳng qua đây là bệnh viện tư, nếu không với tình trạng cháy phòng ở những nơi khác thì anh có nói cũng vô dụng. Nếu là Clio trong tình huống khác, cô sẽ giễu thầm cho cái sự xa xỉ của kẻ giàu có. Vậy mà lúc này trong lòng cô chỉ có một cảm giác ấm áp tràn vào.

Chầm chậm gấp chiếc áo của anh cho thật vuông vắn, tự nhiên, cô cũng muốn có thể tâm sự với anh, kể cho anh một chuyện gì thật quan trọng, thật ý nghĩa trong đời cô. Cô cũng muốn, có thể san sẻ với anh.

Nếu chúng ta có thể lấy nhau thì thật tốt rồi, em rồi sẽ yêu anh.

10

Cầu chi bất đắc
Ngộ mỵ tư bậc
Du tai, du tai
Triển chuyển phản trắc

– KINH THI (QUAN THƯ) –

rong ba ngày, ngoài một hôm đi thăm các chị, Clio toàn tới bệnh viện.

Mỗi ngày đều đến thăm bố mẹ anh. Mẹ anh tỉnh lại và xuất viện ngay hôm sau, lại khỏe mạnh như trước để được túc trực bên chồng. Anh nói, trong thời gian anh còn ở Hà Nội với bà, hãy để anh chăm sóc bố còn bà nghỉ ngơi. Mẹ anh đồng ý. Cô cứ như con thoi, chạy đi chạy lại giữa bệnh viện với anh, và về thăm mẹ anh ở biệt thự.

Thực sự, một lời cũng không thể nói hết sự cảm kích của anh.

Buổi sáng ngày cuối cùng, mẹ anh liền bảo Quân đưa người yêu đi thăm thành phố, ít nhất phải đi một vòng. Bệnh của bố không phải ngày một ngày hai, không có dấu hiệu nguy hiểm thì mọi chuyện vẫn cứ phải diễn ra như thường, họ đều đã phải quen với nó.

Anh chở cô đi.

"Thực ra anh cũng không biết gì nhiều ở đây cả." Anh vừa về được mấy hôm, ở Hà Nội chưa được mấy ngày, toàn đi đi lại lại giữa biệt thự với bệnh viện. "Chúng ta đi... thăm lăng Bác vậy."

"Hôm nay là thứ hai, ở đó không mở cửa." Cô nói đơn giản như phát biểu chân lý.

"Làm sao em biết?"

"Em đã đọc sách hướng dẫn du lịch rồi."

"Vậy thì đi Văn Miếu được không?"

"Cũng được thôi." Cô điềm nhiên nói. Thái độ của cô với anh vẫn lạnh lẽo như người dưng vậy. Và họ thực sự là quan hệ người dưng mà.

"Clio này?"

"Dạ?"

"Không có gì." Cô có để ý, cô lại dùng kính ngữ rồi không?

Đó là sự xa cách, hay... tôn trọng?

Đưa người con gái mình yêu đi chơi, cảm giác cũng thật khác biệt.

Anh cũng mua một quyển sách du lịch, theo đó mà dẫn cô đi chơi theo kiểu cưỡi lừa xem vũ trụ, tốc độ tên lửa vòng quanh Hà thành. Chỉ cần đọc cho nhau nghe lời hướng dẫn trong sách cũng đủ hết giờ hết ngày. Huống hồ cô trở nên rất im lặng, giống như mặt hồ trở về yên ả theo thói quen của nó, đứa trẻ hay nghịch dại là anh đây tự nhiên cũng không dám vọng động.

"Thích không?"

"Không." Anh phì cười.

"Muốn ăn thử cái đó không?"

"Anh muốn thì cứ thử đi."

"À, còn cái kia...?"

"Không."

"Còn..."

Đoán xem cô nghĩ gì và muốn gì gần như là trò chơi đố

vui của anh hôm nay, hễ cô nhìn đến cái gì, anh lập tức hỏi, chỉ cần cô gật đầu, anh liền dừng xe, mua lấy cả đống quà vặt.

Thế nhưng cô không hề gật đầu. Clio chỉ nghĩ hoặc nhìn anh.

"Chuyện gì vậy?"

"Em hỏi anh mới đúng. Chuyện gì vậy?"

"Có gì đâu." Kẻ lần đầu tập chiều chuộng người khác cười cười.

"Vậy được rồi." Cô nói. "Anh không cần nghĩ đến tìm cách trả công em đâu. Hôm nay là ngày cuối cùng rồi."

Quân liếc sang cô, biểu cảm của cô khi nói thế làm anh mềm lòng.

"Không thể không cảm ơn em được, không có em thì không biết làm sao cả."

"Không có em thì sẽ có người khác."

Quân lắc đầu, khẽ nói như tự nhủ với chính mình. "Không, sẽ chẳng giống như vậy."

Chẳng bao giờ như vậy, nếu là ai khác.

"Trả công em một ngày đi chơi thế này là được rồi. Dù sao cũng là lần đầu đi Hà Nội. Em nhận lòng thành của anh."

Quân đáp ngay, mắt anh lấp lánh. "Còn khuyến mãi luôn trái tim của anh nữa, có lấy không?"

Nói đùa?

Rõ là nói đùa rồi, bằng một giọng nghiêm túc đặc biệt mà thôi. Đúng vậy, không nên, đặc biệt không nên nao núng...

"Anh nói thật đấy!" Quân nói như đọc được ý nghĩ của cô, Clio không nhịn nữa quay sang nhìn anh.

"Cảm ơn, em không quen ai buôn bán nội tạng, anh quy ra hiện kim thì tốt hơn." Cô nói. "Thôi, về bệnh viện đi đã, em nên chào hai bác lần nữa, trước khi đi."

Quân cười. Cô không tin anh dễ dàng vậy đâu.

Anh đưa cô về viện, chào bố mẹ, rồi lên máy bay về H.

"Đáng ra cứ để em về một mình, anh ở lại với hai bác rồi đợi ngày về Pháp luôn mới kịp chứ."

"Bố mẹ anh sẽ không thoải mái, làm sao anh để em về một mình được. Anh đã gọi sang trường xin về trễ rồi."

Clio không nói gì, trên máy bay, cô lại tập trung vào mẫu thêu. Đây là mẫu thứ tám anh thấy cô ngồi thêu từ ngày đi đến giờ, quả thật không đơn giản.

Không phải Quân không lo lắng, không muốn ở lại Hà Nội, là mẹ anh đã khiến anh muốn nghĩ thông một số điều. Bà mừng rỡ nói với anh. "Thật tốt quá, vì con tôi đã biết yêu rồi. Cuối cùng, hãy biết chăm sóc con bé, nhé con."

Quân nhắm mắt, gối đầu lên ghế, anh ngủ suốt chuyến bay.

Thời gian sắp hết rồi. Anh phải về nhập học, thời gian của họ sắp hết. Anh bắt buộc phải suy nghĩ chính chắn, suy nghĩ nghiêm túc.

Đưa cô về nhà, anh về tới căn hộ của mình khi trời đã tối đen.

Về đến nhà, anh lấy cái đĩa vỏ xanh mờ đó ra.

Anh đã từng nghiên cứu nó rất kỹ. Và vì vậy, anh đã thất vọng với cô.

Nếu không phải bệnh tình của bố quá gấp, anh sẽ không tiếp tục với Clio. Bản thân anh đã không hiểu tại sao, tất yếu cứ phải là Clio mới được. Bây giờ thì anh đã hiểu rồi.

Ba ngày, đã thay đổi suy nghĩ của anh về cô. Hoặc cô đóng kịch quá tốt, hoặc cô có uẩn khúc.

Cô là người như thế nào, cô có thùy mỵ nết na hay không, đối với anh thực sự quan trọng đến vậy sao? Ba ngày nay, từ giây phút đầu tiên để cô lại khách sạn, trước hình ảnh cô như cây sậy trước gió, đứng cũng không đứng vững, anh đã mềm lòng rồi. Hoặc là khi cô đồng ý cùng anh đi Hà Nội, anh đã quá cảm kích cô. Hoặc ngay lúc cô không đồng ý, lúc gặp mặt cô sau khi chuyện của họ bất thành, sự điềm tĩnh của cô đã khắc ghi trong anh suy nghĩ, đó mới là cô thực sự.

Không, thậm chí từ trước đó, khi cô lặng lẽ rời khỏi căn hộ của anh không một lời giải thích về những hình ảnh thác loạn trước mặt anh. Anh đã cảm thấy được một cơn đau xé lòng rồi.

Anh, hóa ra đã yêu cô ngay từ phút đầu. Khi đôi mắt rực rỡ mà tĩnh lặng đó ngước lên nhìn bầu trời hoàng hôn, như thể cô là người cô độc nhất trên trái đất này, từ giây phút đó, anh đã muốn có cô trong vòng tay mình rồi.

Khi anh nhìn thấy hình ảnh cô trong cái đĩa đó, cô cũng nhìn anh như vậy, và lặng lẽ bỏ đi. Đôi mắt sâu sắc của cô nhìn vào anh như muốn nói, cô hiểu thấu tâm can anh, rằng anh đã không tin cô. Đôi mắt bộc lộ niềm đau sâu sắc và tất cả đã kết thúc. Anh đã không cam lòng kết thúc như vậy.

Anh đã cố gắng cứu vãn, chỉ có thể là cô mới như vậy, chỉ có thể là cô mới tác động đến anh sâu sắc như vậy. Mặc kệ là cô vô tình hay là lừa dối, tính kế, anh vẫn cứ bị đánh cắp trái tim mất rồi.

Anh, ghét cô nhìn anh dửng dưng như thế, tình cảm của anh sẽ không tác động được đến cô, như thế, anh bị đặt ngoài thế giới của cô vậy.

Anh ghét sự dửng dưng lạnh nhạt ở cô, như che giấu sóng ngầm của đời sống thực sự trong sâu thẳm, bởi vì anh yêu cô.

Cũng thật buồn cười, ai mà ngờ được, công tử phong lưu như anh, lại rơi vào lưới tình như thế này? Con người, ít ai thừa nhận được mình sai, ngụy biện và bao che cho chính mình. Trước đây anh không thừa nhận mình phong lưu, bao giờ anh cũng gọi đó là có-chút-phóng-khoáng, bây giờ anh thừa nhận quá khứ của mình cũng không tốt lành gì. Anh không có cơ sở căn cứ nào để phiền trách quá khứ của cô.

Cô từng nói, anh không hoàn hảo, sao có thể chấp cô không hoàn hảo?

Clio trở về nhà, người mệt mỏi rã rời. Đối với trong nhà, dĩ nhiên là cuộc phỏng vấn của cô đã thất bại.

Ngâm mình trong bồn tắm nước nóng, cô nghĩ ba ngày vừa qua chỉ như một giấc mơ mà cô phải xóa sạch khỏi đầu óc. Giống như một cuộc đi chơi, đi làm từ thiện mà thôi. Sự niềm nở, hy vọng của đôi vợ chồng già nọ, sự chu đáo chăm sóc của người con trai họ, tất cả chỉ là những gì cô nhận được vì một vai diễn hay, có ý nghĩa.

Con trai họ, Bùi Việt Quân.

Clio từng có một danh sách tiêu chí hẳn hoi để xây dựng hình ảnh một người đàn ông tuyệt vời, giấc mộng bạch mã của cô, người để cô nương tựa cả đời.

Bùi Việt Quân từng chiếm được rất nhiều yếu tố trong danh sách đó, trừ điểm về sự phong lưu trong quá khứ của anh ta. Và rồi sau này, là vì cô phát hiện ra tính cách thật sự của anh ta không hề tốt như cô tưởng. Anh ta đã... cô không chắc anh ta đã làm gì sai, nhưng rõ ràng đã làm cô thất vọng. Có lẽ là, phát hiện ra cái anh ta cần ở một cô dâu chỉ như một người đủ công năng xoa dịu bệnh tật cho bố mình, phát hiện ra rằng anh ta không tìm kiếm tình yêu và có lẽ... không hề yêu cô. Kể cả một con người thùy mị như cô bề ngoài cũng không thể khiến anh ta yêu cô, nói gì đến thực chất đen tối trong lòng cô. Đặc biệt là, đôi mắt lạnh lẽo tràn ngập thất vọng vào cái buổi chiều hôm đó, trong căn hộ của anh.

Có lẽ, anh ta thất vọng cũng đúng thôi, vì phát hiện ra cô giả dối. Có lẽ anh ta hối tiếc thời gian dành cho cô, đáng ra anh có thể tìm thấy một cô dâu thành thực hơn để dẫn đến cho bố mẹ mình.

Và cô cũng thất vọng về anh ta, về cuộc giăng lưới của bản thân mình.

Bây giờ thì ngạc nhiên thay, danh sách tiêu chí của cô gần như đã biến mất trong sự so sánh với anh ta. Bây giờ cô không có tiêu chuẩn gì nữa, chỉ có sự đánh giá đầy cảm tính. Sự chăm sóc của anh đối với cô suốt chuyến đi, sự bảo bọc của anh mỗi lần họ vào viện, bàn tay anh che chắn

cô khỏi nỗi sợ hôm ấy... Bùi Việt Quân và phẩm cách của anh ta trở thành cái mớ bòng bong mà cô không muốn nghĩ tới nữa.

Hay thực ra là, mớ bòng bong thực sự là khi phải phân tích mối quan hệ của hai người, thật ra là gì?

Không không không!!! Cô tự nói với lòng mình, ba ngày là chuyện này đã kết thúc rồi.

Clio ngụp đầu xuống nước, muốn quên đi tất thảy.

Ngay lúc cô vừa mới muốn quên anh, điện thoại của cô đặt trên kệ rung lên từng cơn chấn động. Clio bối rối, vội vàng mở máy.

"Vâng?"

"Anh đã về tới nhà, chỉ báo cho em biết vậy thôi."

"À, vâng ạ."

"Em nghỉ ngơi chứ?"

"Vâng."

Điện thoại tắt rồi, gương mặt Clio nhìn thấy trong gương đã sớm đỏ hồng. Hơi nước đúng là quá nóng mà! Cô ngụp đầu vào nước, trốn tiệt cái gương mặt bừng bừng của mình.

Anh ta sẽ không gọi nữa đâu. Quên anh ta đi, mau quên anh ta đi. Con người lạnh lùng thực tế trong Clio, mau quay trở lại nào!

Anh ta sẽ không gọi lại nữa.

Sáng hôm sau, anh lại gọi điện cho cô.

Anh gọi điện từ sáng sớm, thực không phải phép. Đáng ra anh phải để lâu thêm một chút, chờ thêm một chút, bởi

vì vừa trở về, cô chắc chắn rất mệt, sẽ cần ngủ bù. Thế mà anh chờ mãi, đến bảy giờ thì không chịu nổi mà gọi cho cô.

Cả đêm anh đã nghĩ về chuyện với cô. Cứ lăn qua lăn lại như thế, người ta gọi là tương tư thì phải.

Anh... không thể nào không nhớ đến cô được. Nhất là khi nếu không sớm nói rõ ra, có khi cô cho rằng, chuyện giữa họ cứ thế mà hết.

Anh không muốn như vậy, không những không muốn kết thúc, mà còn muốn có được nhiều hơn.

"Vâng?"

"Em dậy chưa?" Có vẻ là rồi, giọng cô có vẻ rất tỉnh táo.

"Vâng, đã dậy rồi. Có việc gì sao?"

"Không có gì, chỉ đến rủ em cùng đi ăn sáng thôi."

"Nhưng em đã có hẹn rồi, xin lỗi anh."

11

Sâm si hạnh thái
Tả hữu thái chi
Yểu điệu thục nữ
Cầm sắt hữu chi

– KINH THI (QUAN THU) –

*C*ó hẹn?

Cô vừa mới về H, sáng tinh mơ mà đã có cuộc hẹn rồi, hay cô... không muốn tiếp tục gặp anh? Đó chỉ là một cách nói để trốn tránh anh?

Quân thấy thất vọng. Dù sao anh cũng còn rất ít thời gian. Dù thế nào, anh cũng cần làm rõ mọi chuyện với cô.

Henry rất thất vọng. Vô cùng thất vọng.

Anh thất vọng đến phát điên. Cả một đoạn phim do anh biên tập hoàn hảo như thế, chẳng nhẽ không tạo được chút xíu ảnh hưởng nào?

Anh đã đợi, khoái trá đợi cô gọi điện tới mắng anh té tát, thậm chí tuyệt hơn là đến tận mặt và thử cố xé xác anh ra bằng những ngón tay thon dài mảnh mai đó. Tuyệt hơn nữa nếu đôi mắt đẹp có thể trừng trừng nhìn anh, giọng nói mềm mại có thể hét bảo rằng cô ghét anh cay đắng. Anh giống như phi tần tắm rửa sạch sẽ, nằm trên long sàng chờ được sủng hạnh, vậy mà mãi không có một cuộc gọi nào.

Cô... dường như không quan tâm anh làm hỏng chuyện của cô? Hay... anh đã không thành công? Rốt cuộc anh ta có xem đoạn phim đó hay không?

Tồi tệ là khi, Henry phát hiện ra cô đi Hà Nội với anh ta. Anh đã lo sốt vó lên, không phải hai người đi Las Vegas làm thủ tục kết hôn chứ? À, không phải cô theo thằng đó sang Pháp chứ?

"Này Henry, anh gấp gáp cái gì chứ? Bây giờ người nên tức giận là anh hay là tôi?" Cô chỉ đáp lại như thế vỏn vẹn trên điện thoại, khiến anh tức điên. Anh liền hẹn cô, sáng đầu tiên trở về, phải lập tức gặp anh.

Bây giờ hai người họ ngồi trên *Sky garden*, anh nhìn cô điềm nhiên xoay muỗng trong tách cà phê, như chưa từng có chuyện gì xảy ra.

"Anh tưởng em không thích cà phê?"

"Tập uống thử thôi." Chứ nếu Quân đã nghiện cà phê rồi, cả cô cũng thế nữa thì không ổn. Anh ấy là vì làm bác sĩ, thường xuyên đi trực nên uống thành nghiện, bất kể giờ giấc.

Clio phát hiện, mình đang bắt đầu tập trung chú ý vào những suy nghĩ chăm sóc anh. Trong ba ngày đi Hà Nội, cô biết rõ về anh hơn cả tháng ở H, ngày nào cũng ở cùng với anh từ sáng đến tối. Trong bệnh viện không có việc gì làm ngoài tán gẫu với bố anh, mà đề tài chung dễ nói nhất là về Quân.

Henry nhìn Kim Giao cau mày rồi lại giãn ra, gần như tự cười một mình. Tự nhiên anh thấy bực ghê gớm. Giác quan thứ sáu cho anh biết, cô đang nghĩ đến anh ta, mơ mộng đến anh ta.

"Em đừng có cười một mình như thế nữa, giống đứa ngố lắm."

Clio cười. "Anh sao thế, bây giờ anh đang tự cho mình quản chuyện của tôi sao?"

Hic, tại sao cô lại cứng rắn như vậy, lại chọn từ nhân xưng xa cách thế?

"Giao, là anh sai rồi, em đừng giận anh mà."

"Anh là gì mà em phải giận anh?" Cô dịu giọng, ngọt ngào hơn nhưng...

Á á, tại sao lại thế? Quá lạnh lùng.

"Anh sợ rồi, anh biết lỗi rồi, là anh sai, Giao, đừng lạnh lùng với anh như vậy. Muốn trách muốn phạt gì anh cũng chịu."

Cô khẽ mỉm cười, mà nụ cười này hình như học từ anh rể, còn có tên là giết-người-không-dao thì phải?

"Em cảm ơn anh còn không hết, hà cớ gì mà trách mắng anh, lấy quyền gì mà phạt anh đây?"

Cô hỏi xong, Henry đã hoàn toàn hóa đá.

"G... Giao... anh, anh..."

Vẻ mặt anh cuối cùng cũng khiến cô bật cười.

"Nói thật, tội của anh cũng rất lớn, nhưng lần này, em cũng phải cảm ơn anh." Nếu không phải là anh ta, tình cảm sẽ không phải trải qua cơn sốc như vậy, cũng sẽ không phát hiện ra rằng con cá mình đang thả lưới, hóa ra nó cũng chỉ giả vờ mà thôi. Nếu không có đoạn băng đó, cô sẽ không ngờ nổi Quân căn bản cũng chỉ vờ yêu cô để đạt được mục đích. Và hai người có sự bất đồng lớn như vậy.

Nếu thế, không biết là họa hay là phúc.

Nụ cười của cô tươi rói chưa từng thấy, khiến Henry không biết nên chột dạ hay vui mừng, đành gác lại mọi sự để thưởng thức tia sáng hiếm hoi mỹ nhân ban cho.

Đúng lúc đó anh thấy phản chiếu trong gương, một người đến từ phía sau.

Anh ta tiến đến gần chỗ họ rồi mà Giao vẫn không biết, cô nghiêng đầu xuống thưởng thức ly cà phê trong tay mình. Henry không biết có nên mượn cơ hội chơi chút trò tiểu nhân hay không?

Quân không ngờ sẽ gặp cô, càng không ngờ cô có lúc cười tươi như thế.

Lại còn là cười với một người đàn ông khác. Đây là cái hẹn trước của cô?

Hơn nữa, cô cười tươi, thật sự rất đẹp, rất rạng rỡ. Rất say lòng người.

Tiếp theo, anh nhìn thấy người đàn ông đó... nắm lấy tay cô.

"Giao à, em thực sự không để bụng, không trách anh phải không?"

Henry mừng rỡ quá độ, nắm lấy cả tay cô. Clio đã quen với việc anh ta thường xuyên thất lễ, lần này không chấp nhặt, tiếp tục mỉm cười. Sau đó mới nhận ra, anh ta làm thế này có mưu kế.

Giọng anh xuất hiện bên cạnh cô, "Clio?"

Lúc đó thì chuyện cũng đã lỡ rồi, Clio chỉ có thể tiếp tục mỉm cười, ngẩng đầu lên nhìn anh.

"Quân?"

"Ừ, đang ăn sáng sao?"

"Ừm, em ăn xong rồi. Đang uống cà phê." Cô nhẹ nhàng cười, nhìn anh ngồi xuống, trở tách cà phê trước mặt.

"Vậy à?" Quân hỏi. "Anh cũng đi uống cà phê." Nói rồi rất tự nhiên cầm luôn tách cà phê trong tay cô nhấp môi.

"Anh..." Henry lắp bắp chen vào. Không phải, kẻ vô lễ như hắn, tệ lắm chỉ dám chạm tay chạm chân đã bị cô liếc cho một cái sắc như dao cau rồi, làm sao dám chạm môi vào... tách cà phê của cô như vậy.

"Ừm..." Quân như kẻ ngây thơ không biết mình vừa làm gì, thử một ngụm cà phê liền nói. "Mới uống đừng dùng loại đắng thế này, có hại cho dạ dày lắm."

Anh, bây giờ đã nghĩ thông rồi.

Kẻ đặt cái đĩa kia trước nhà Quân, nhất định muốn chơi xấu cô, muốn hai người không thể thành chuyện. Anh có thể vì thế mà ruồng bỏ cô sao? Nó chỉ là quá khứ, hơn nữa anh tin rằng, người cẩn trọng như cô sẽ không để những chuyện như thế xảy ra. Mọi chuyện tất yếu phải có lý do. Cô không hề nói cô là thục nữ thùy mị không vết nhơ, là anh đã vọng tưởng rồi cố đi tìm hình ảnh ấy trong cô để rồi vỡ mộng.

Anh đã sợ, cô không chỉ không giống anh tưởng tượng, mà còn lừa dối anh. Anh vỡ mộng, và sợ bị lừa dối. Anh đã không thể tin cô nữa từ lúc ấy. Đặc biệt là khi cô bỏ đi không một lời giải thích. Nhưng có lẽ chính thái độ của anh hôm ấy đã khiến cô bỏ đi.

Người đàn ông thực sự yêu rồi, không thể sợ người phụ nữ ấy lừa dối mình, mà phải có can đảm tin vào mọi lời của cô không phải giả dối. Can đảm đặt cược, chấp nhận chịu thua.

Anh từ bây giờ, đặt cược vào cửa tình, đặt cược lòng tin vào cô, vô điều kiện.

Giống như lúc này, lòng anh dấy lên nghi ngờ, nhưng anh căn bản không có tư cách gì ghen tuông ở đây. Muốn anh ghen tuông, vậy phải xem kẻ này có cùng cơ với anh hay không.

Clio mỉm cười. "Em chỉ định thử một lần thôi."

Xem cô phối hợp với anh, để mặc anh chọc tức kẻ kia, tự nhiên trong lòng anh vui mừng át hết cả lo lắng ban nãy.

Quân búng tay đánh tách gọi phục vụ, chọn cho cô một ly sữa nóng, tách cà phê kéo hẳn về phía anh. Xong rồi mới hỏi, "Bạn em?"

Clio rất ít khi cười, hôm nay không nhịn được liên tục cười thành tiếng, khiến cả hai người đàn ông ngồi đó không ít xôn xao.

Nhưng quả thật cô cảm thấy vui, muốn cười, lại đặc biệt muốn xem anh chọc tức tên Henry đó. Cứ liên tục nói chuyện tình tứ với cô, sau đó lại "bất chợt nhớ ra" sự tồn tại của Henry, khiến anh ta tức sắp hộc máu rồi.

Henry, coi như đây là đòn trừng phạt của cô đối với anh ta vậy.

Về phía Quân, anh không hiểu tại sao, đặc biệt muốn chọc tức gã tên Henry này. Nhưng mà thấy cô vui, anh lại càng tàn nhẫn làm tới. Một mặt được ngồi bên cạnh cô, khẳng định quyền sở hữu trước một người đàn ông khác, việc làm này cũng là một niềm vui không ngờ.

Chỉ tội nghiệp anh chàng Henry đẹp trai ngây thơ dễ bị dụ dỗ đã lạc vào tuyệt tình cốc thôi.

Đến khi Henry ra về rồi, Clio cùng Quân đi dạo dọc

theo tuyến đường mưa của thành phố. Tay cô khoác hờ trên tay anh, bước trước anh mấy bước.

"Anh nhớ, thục nữ ngày xưa, không ai dám bước trước chồng một bước đâu."

"Ai nói rằng anh sẽ là chồng em chứ?" Cô đứng lại, quay lưng lại nhìn anh hỏi.

Tự nhiên bị ánh mắt cô chiếu vào, Quân cũng dừng lại.

Anh nhìn cô, cô nhìn anh. Cuối cùng anh bật cười.

"Đi theo anh."

12

Đừng bao giờ thổ lộ tình yêu.
Tình yêu không cần thổ lộ.
Hãy để tình yêu như ngọn gió,
Lặng lẽ trôi trong trời chiều

— WILLIAM BLAKE —

Đôi trai gái chạy trên đường, cô gái không thể chạy nhanh, người con trai bèn bế bổng cả cô lên mà chạy. Chiếc xe đang đi trên đường bỗng dừng lại, kính xe hạ xuống.

"Em đúng là không tận mắt thấy thì không thể tin được. Đó là Clio?"

"Em không nhìn nhầm đâu, chúng ta bốn con mắt đều cùng thấy rõ. Xem ra tuổi trẻ thật là tuyệt." Lân cười, kéo vợ vào lòng, anh hôn lên tóc cô trong khi Ơtec vẫn nhìn ra bên ngoài, cặp thanh niên đã khuất dạng rồi.

"Đúng là ngưỡng mộ. Anh đã bao giờ làm thế với em đâu."

"Cái gì?" Lân nói. "Em ghen tỵ sao?"

"Em có cảm giác mình già rồi, thật tủi thân."

"Nói bậy, em muốn anh chứng minh sức trẻ phải không? Mau kéo cửa xe lên, chúng ta trở về nhà!"

"Anh nghiêm túc đi, không sợ con nghe thấy sao!" Ơtec đỏ mặt, xoa xoa bụng mình, nơi có mấy hình hài đang lớn dần. "Anh nói, chuyện giáo sư muốn chúng ta nói với Quân, phải nói sao đây?"

"Cứ từ từ hẳng tính đi."

"Hình như thầy rất gấp, mà có thể là chuyện gì chứ?" Ơtec khẽ nói, không tránh khỏi cảm giác ngờ ngợ len lỏi.

Tất cả những gì cô mong chỉ là em gái hạnh phúc thôi. Mong Clio tìm được một người yêu trong mộng vậy.

Clio không tin được, anh nhấc bổng cô lên. Xem ra hôm nay đã dung túng anh quá rồi, bắt đầu không biết phải trái rồi. Cô không biết làm thế nào, vội đánh lên vai anh. Kẻ cứng đầu nói thả đàng hoàng không thả, lại còn dọa dẫm cô.

"Em yên nào, đánh anh nữa anh đau quá sẽ quăng em xuống gạch đấy. Đừng làm anh nặng thêm, mau ngoan ngoãn bám vào cổ anh."

Cô liếc anh, cố thật sắc, sắc lẻm luôn. Nhưng tội nghiệp cô chưa có kinh nghiệm trong biểu hiện này, lại trở thành như một cái liếc mắt đưa tình, nhìn gương mặt khoái trá của anh là biết.

Rượu mời không uống muốn uống rượu phạt, Clio không đắn đo nữa. Cô cấu vào vai anh. Anh buông cô ra.

"Á!" Cô bám lấy anh như bám lấy phao cứu sinh, Quân khụy gối đỡ lấy cô như đỡ gấu bông tung hứng. Anh cười nụ cười chiến thắng chết tiệt.

"Anh mau thả em xuống, người ta nhìn vào còn ra thể thống gì nữa!"

"Anh mặc kệ người ta." Ôm chặt lấy cô trong tay, Quân bướng bỉnh nói, cô không yên anh cũng mặc, cứ đều bước chạy thật nhanh. Clio không nén nổi cười.

Tiếng cười ấy như khích lệ anh. Anh cứ chạy mãi, chạy mãi, như chạy theo luồng sáng dọc con đường, cho đến khi họ đến một trong những cây cầu bắc qua con sông ở H,

anh đặt cô xuống, không giấu diếm được việc thở không ra hơi.

"Thật mất phong độ, ai bảo anh ngốc nghếch như thế chứ!" Cô nói, nhìn anh lấy lại hơi thở.

Quân hồi phục lại sắc mặt tức khắc, cười với cô.

"Tại sao lại là ngốc nghếch? Đó gọi là lãng mạn."

"Người ta cười nhạo cho thì gọi là lãng mạn sao?" Cô phụng phịu.

Anh thích cô thế này, chẳng cần giữ kẽ nữa, thân thiết biết bao nhiêu. Quân kéo cô lại gần anh, nhìn xuống dòng nước xanh ngắt, anh nói. "Một ngày nào đó theo anh đi Paris, đến thành phố của tình yêu, anh sẽ tỏ tình với em trước cả thế giới."

Clio lặng lẽ luồn khỏi vòng ôm của anh. Cô hỏi, "Anh đang nói gì vậy?"

Điện thoại trong túi Quân rung lên, anh mở ra chỉ thấy một tin nhắn của anh Lân.

Xong viec quan trong roi goi lai cho anh ngay nhe.

Quân bất giác nhìn quanh, không phải chứ? Bị anh ấy thấy rồi? Anh giống như ngửi được mùi cười giễu của sư huynh qua tin nhắn vậy, thật không tin được.

Dù sao, chế giễu cũng không phải mùi gây dị ứng. Quân nhoẻn cười, cất điện thoại đi, quay lại nói với cô.

"Anh đang hy vọng, dưới mặt trời hôm nay, trên dòng nước xanh này, em đồng ý làm vợ anh."

Hoàng tử chưa đạt chuẩn ơi, trời với nước thì liên quan gì ở đây chứ?

"Không thể nào." Cô nói.

Anh liền nhăn. "Tại sao không thể?"

"Anh nói đùa."

"Anh không đùa."

"Anh xem đoạn phim đó rồi, anh biết em giả dối, anh xác định vẫn muốn cầu hôn em?"

"Không chỉ cầu hôn, anh muốn lấy em." Quân nói. "Chuyện đoạn phim hôm đó, anh nợ em một lời xin lỗi."

"Xin lỗi như thế nào?"

"Đáng ra chúng ta không cần kết thúc như thế."

Clio cười.

"Đó là tất cả những gì anh muốn nói phải không? Tại sao anh lại muốn lấy em? Em là một cô gái phù hợp với những gì anh cần thôi phải không? Vì ba ngày vừa rồi em biểu hiện rất tốt. Vì ba mẹ anh thích em, hay vì anh thấy hài lòng thôi?"

"Em đang tự suy đấy."

"Em chỉ muốn nói cho anh biết, nếu anh nhầm lẫn. Đó chỉ là vai diễn, em sẽ không..."

"Clio, anh muốn xin lỗi em chuyện lần đó anh đã cư xử không đúng. Anh không có quyền trách em. Nếu một lúc nào đó em thấy thích hợp em có thể kể rõ cho anh về đoạn phim. Cũng như anh từng có quá khứ không tốt vậy. Bây giờ với anh nó không phải là chuyện quan trọng nữa. Anh không phủ nhận những ngày qua cái nhìn của anh về em thay đổi, nhưng không chỉ vì vậy. Là em cũng được, là mặt nạ, là vai diễn của em cũng được, anh đều đã yêu em."

Anh...

Cô phải nói gì bây giờ đây?

"Em phải nói gì bây giờ đây?"

"Nói đồng ý?" Anh gợi ý. "Hoặc nói em cũng yêu anh?"

"Em không yêu anh."

Cô đáp ngay, nhìn thẳng vào mắt anh.

Cứ tưởng anh sẽ bá đạo tiếp tục phủ nhận lời cô. Không ngờ anh lại trầm hẳn xuống.

Anh nói. "Cho dù thế nào, anh vẫn muốn nói cho em biết tình cảm của anh như vậy." Tất cả còn lại cho em quyền quyết định.

Clio đứng bên thành cầu, ngón tay cô bấu chặt như giữ cho bản thân vững vàng.

"Thực sự, anh chẳng biết em xấu xa như thế nào." Ánh mắt cô có cái gì không thể hiểu được, không thể đọc được, đó là hồ nghi hay đau khổ? Là giễu cợt hay tổn thương? "Nếu tất cả những gì em cho anh nhìn thấy chỉ là đánh lừa thôi thì sao?"

Quân thở dài. "Đừng hiểu lầm, anh thở dài hạnh phúc đấy."

Anh bước đến một bước nữa, gần bên cô. Nhẹ nhàng, trước khi cô nhận ra anh đang làm gì, anh đã nắm lấy bàn tay cô. Clio nhìn anh dịu dàng gỡ từng ngón tay đang quấn chặt của cô, từng ngón từng ngón một. Trên mu bàn tay cô hằn ba vệt trăng non, nơi những móng tay của cô in hằn vào trong lúc xúc động.

"Nếu không phải thế này, anh đã lo lắng biết bao nhiêu... Em cho anh thấy những điều khiến anh yêu em, không phải chứng tỏ trong lòng em có anh ư?"

Anh nhẹ nhàng hỏi cô, di ngón cái trên từng vệt trăng ấy, dấu ấn cô tự để lại trên da mình. Cô vẫn chưa từng giỏi đọc sắc mặt người khác, không thể hiểu nổi anh hiểu gì khi anh nhìn như thế. Cô chỉ muốn rụt tay lại.

"Điều đó nghe thật buồn cười."

"Không buồn cười nữa nếu em suy nghĩ kỹ. Em không phải là người để hết tâm trí làm một điều gì nếu như tận thâm tâm em không có chỗ cho nó. Và anh không tin mình bị rung động trước sự sao lãng."

Clio đã từng ghét đàn ông tự mãn.

Anh nhẹ cười khi cô không đáp, rồi cúi xuống, môi anh chạm lên từng vệt lưỡi liềm nhỏ bé. Anh, sẽ không để cô tự thương tổn mình như thế nữa, dù cố ý hay vô thức.

Clio giật mình khi bờ môi ấm áp của anh chạm vào da cô, sự ấm áp dường như có mùi vị ngọt ngào, đôi tay cô nằm trọn trong tay anh.

Nếu nói tình cảm là một trò chơi giăng bẫy, vậy lúc này cô đứng yên là tự nguyện rơi vào bẫy, để hơi ấm ấy lan vào trong tim. Anh ngước lên nhìn cô, vừa lưu luyến kề môi lên mặt dưới cổ tay cô.

Anh nói, "Da em rất mỏng, đừng tự làm mình bị thương như thế nữa. Sau này khổ sở thì cứ đánh anh cũng được."

Cô lật tay, trở thành vuốt ve trên đường viền quai hàm anh. Quân để mặc cô nghịch ngợm tùy ý, chỉ chăm chăm nhìn cô. Cảm xúc lúc này giống như một đứa trẻ được thả rông, cho phép nó tùy ý nghịch ngợm, nó cũng không biết phải bắt đầu từ đâu.

Cô véo má anh.

Quân bật cười, cô cười đáp lại anh. Không nói thành lời, mà trong nụ cười họ trao nhau, dường như cũng đã trao đi một điều gì trân quý.

Anh tự tiện kéo cô vào lòng.

"Em biết nơi nào ngắm cả dòng sông, mặt trời, rặng cây, và cả cây cầu này là tuyệt nhất?"

"Em không biết." Cô lắc đầu.

"Thử nhìn ngược lại nào, sẽ biết ngay." Anh nói, đưa tay lên che mắt cô, điều chỉnh lại góc nhìn cho cô, rồi khẽ mở những ngón tay. "Nhìn thẳng, em thấy gì nào?"

"Khu nhà cao tầng?"

"Nó là một khu căn hộ, phòng rất rộng rãi, trên 50 mét vuông."

"Đừng nói với em..."

"Anh nghĩ sau này mẹ sẽ muốn về H sống, bà sẽ thích ở khu biệt thự cũ của nhà anh ở khu Bắc, anh không nghĩ mình sẽ ở đó. Nếu như trở về H sống, anh sớm nên mua một căn hộ ở nơi thuận lợi một chút, gần bệnh viện của anh Lân một chút, và, ngày nào vợ anh cũng được ngắm mặt trời lặn trên dòng sông."

"Anh đang dụ dỗ em bằng vật chất sao?" Cô cười hỏi, nụ cười hoàn toàn vô ưu.

"Nó có giá trị tinh thần mà."

"Nhạt thếch." Cô không nhìn anh nữa mà dựa vào thành cầu. Gió thổi tóc cô bay tán loạn, đập vào mặt người phía sau mà anh chẳng dám kêu ca gì.

Bùi Việt Quân, anh cũng tầm thường y như Henry muốn mua nhà máy kẹo cho cô ăn miễn phí vậy. Nhưng

mà, làm sao có thể so sánh được đây, bởi vì cô lại thích anh chứ không phải anh ta.

Nếu, câu chuyện cổ tích kết thúc ở đây, có phải đã là một kết thúc có hậu rồi hay không?

13

*And I
cant
do this
by myself*

– RED –

hế mà anh lại phải đi.

Quân trở lại Pháp đã được chín ngày.

Cô cứ tưởng, anh sẽ ở lại H lâu hơn, không ngờ ngay hôm đó anh nhận được điện thoại khẩn của giáo sư, vậy là trở về trường ngay.

Chín ngày, anh gọi đúng ba cuộc điện thoại. Ngày đầu hai cuộc, ngày thứ ba một cuộc nữa, và đến nay vẫn im lặng.

Cô không mong anh cứ mãi gọi điện, nhưng không ngờ bỗng dưng anh biến mất khỏi cuộc sống của cô, bặt tin một cách vội vàng như thế.

Nhất là sau một cuộc tỏ tình như thế.

Clio đang sống trong tâm trạng của người say say, mê mẩn.

Cô... không nghĩ mình có thể trở thành thế này, vì một người nào đó. Cô cũng không biết từ lúc nào đã gắn bó với anh, để rồi bị quay quắt vì anh thế này.

Chị cô từng nói, khi yêu rồi, niềm vui, nỗi buồn của mình quanh đi quẩn lại chỉ vì một người thôi. Một lời nói, có thể khiến mình đau lòng lắm, cũng một lời nói, có thể khiến mình vui mừng quên cả chừng mực. Cô đã không

tin, xem ra, bây giờ cô đã được nếm trải sự lệ thuộc ngọt ngào ấy rồi.

Đôi khi cô ước gì trước khi anh đi, cô kịp hứa hẹn với anh sâu sắc hơn. Cũng có lúc ước rằng, trước khi anh đi thà chưa hề nói với cô những lời ngọt ngào thẳm sâu như thế.

Nhưng mà mong muốn phi thực nhất của cô là, anh chưa hề đi.

Cái này, gọi là nhớ nhung? Gọi là tương tư? Clio lần đầu tiên phát hiện hóa ra da mặt mình mỏng như vậy. Chỉ cần vợ chồng chị Ơtec tới chơi, hai người nói ẩn ý gì đến Quân, vậy là cô đã vội đỏ mặt rồi. Clio cảm thấy, nếu anh không sớm trở về, cô làm sao tiếp tục được đây?

Anh nói, trong vòng hai tháng, anh sẽ về nước một lần, nhất định là ở Hà Nội, nhưng nhất định sẽ có ghé H thăm cô.

Anh nhất định sẽ!

Trong cái tâm trạng như thế, cô đã nhận được điện thoại của bác Dung.

"Bác nói bác trai thế nào ạ?" Clio hoảng hốt.

Ngày hôm đó, cô lập tức đặt vé máy bay đi Hà Nội.

Đón cô ở sân bay là người tài xế già mà cô đã quen của gia đình anh.

"Cô Giao tới biệt thự trước hay là...?"

"Xin bác cứ cho cháu đến bệnh viện ngay đi ạ." Clio nói, giọng cô không giữ được sự điềm đạm thường khi nữa. "Anh Quân đã sắp về chưa ạ?"

"Cậu Quân... vẫn chưa về, cũng không biết khi nào."

Không lẽ tình hình này mà anh vẫn còn chưa về nước?

Bệnh của bố anh đã chuyển sang giai đoạn ba, cũng là giai đoạn cuối cùng, khối u được cắt bỏ rồi lại tăng thêm, di căn, nghe nói chiếm hơn 50% gan rồi. Lâu nay những gì họ làm chỉ là dùng thuốc giảm đau. Hy vọng lớn nhất là ông có thể gắng gượng hơn một năm.

Nhưng bây giờ, bệnh càng nặng, sự sống có lẽ chỉ còn tính bằng giờ.

Clio cảm thấy sức nặng của bác gái trên vai mình. Cô đã sợ, khi cô đến đây cũng không giúp được gì, nhưng cô không thể không vội vàng tới khi bác gái gọi. Mẹ anh quả thật không thể hứng chịu chuyện này một mình.

Quân... không hiểu tại sao vẫn chưa về nước. Ở nơi xa kia, có gì đang giữ chân anh vậy? Clio không hiểu nổi, chỉ nghĩ những ngày này dù ở xa đi nữa, chắc anh cũng đang lo lắng lắm, và cũng đau đớn. Cô chỉ không hiểu, cô không thể liên lạc được với anh. Anh gọi điện về, chỉ nói chuyện vài câu với mẹ mình rồi cũng biệt tăm ngay.

Bác gái sống trong lo lắng ngày đêm, bác trai đã được chuyển vào phòng đặc biệt, không tỉnh lại. Bác gái bảo cô đến sống ở biệt thự, nhưng bản thân bác hầu như ở hẳn trong viện, Clio cũng túc trực cùng bác. Cô chỉ rời viện để trở về lấy thêm đồ đạc, dặn dò nhà bếp... Không còn ai ở đây cả, mẹ anh hoàn toàn tin tưởng ở cô, giống như là dâu con trong nhà.

Một đôi khi, cũng có những suy nghĩ thoáng qua, Clio nhớ đến những quy tắc cư xử truyền thống, nhưng cô không thể nào coi đây là chuyện của người dưng. Người phụ nữ cô chăm sóc đã không còn gắng gượng nổi nữa rồi, cô là chỗ dựa duy nhất bà có.

"Bác ơi, hôm nay bác chưa ăn gì rồi, đây là súp lỏng cháu tự nấu, rất dễ ăn, bác thử dùng một ít đi ạ?"

Cô đưa chén súp cho bác, bà đón lấy, cảm động rưng rưng.

"Cảm ơn cháu, Giao à, nếu không có cháu bác không biết làm thế nào nữa."

"Bác à, bác đừng nói thế, chuyện là cháu nên làm. Cháu chỉ giúp được những điều nhỏ nhặt này thôi thì có thấm gì đâu chứ."

"Cháu đúng là cô gái tốt quá, thằng Quân có phước, bác cũng có phước, mới có cháu ở đây." Bà thấm nước mắt, nói. "Đáng ra nhà bác đâu được giữ cháu thế này..."

"Bác nói gì vậy ạ, cháu phải ở đây chứ. Xin bác mau dùng súp đi ạ."

"Phải, phải... Cảm ơn cháu... À, Giao ơi, hai ngày nữa thằng Quân về, cháu nhớ đi đón nó thay bác."

"Dạ? Anh Quân về?"

"Nó... thằng bé không liên lạc với cháu sao?"

"Có khi... anh ấy lo nhiều quá." Clio gượng nói. "Bác dùng súp cho nóng."

Anh ấy đã sắp về rồi.

Có rất nhiều chuyện có thể làm thay đổi một con người, làm cho thời gian tưởng chừng như vô hạn. Cô và anh mới đó còn ở trên cây cầu trong một buổi sớm thật mộng mơ, vậy mà đến lúc này đã như cả thế kỷ trôi qua. Ngày tháng chạy đi chạy lại với bệnh viện, cô đã quên cả nỗi sợ hãi của mình, gắng gượng quên đi nỗi sợ ấy, nhắm

mắt lại trước mọi cảnh máu me, để có thể chăm sóc tốt cho hai người lớn tuổi. Dường như sau một đêm tỉnh dậy, cô đã dựng một tường thành vững chắc nâng đỡ được tinh thần cho mình, đó là một tình cảm lớn lao ép buộc cô phải mạnh mẽ.

Sự kiện nói ra thì không nhiều, nhưng lúc Clio đứng đợi đón Quân ở sân bay, cô cảm thấy mình đã bị những điều ấy thay đổi biết bao nhiêu.

Cô đang đợi người mình yêu, nhưng không phải trong một tâm trạng vui mừng. Cô cần phải ở đây, chuẩn bị an ủi cho anh, làm chỗ dựa cho anh.

Clio đứng thẳng dậy, cô nhìn bóng mình trong gương, dạo này cô thường quên trang điểm. Đi đón anh, mắt cô kẻ rất sơ sài, chỉ kịp dặm thêm ít phấn cho khí sắc hồng hào lên. Cô chưa từng như thế này khi gặp anh. Nhưng những thứ như thế đâu có quan trọng lúc này?

Thoạt đầu cô không nhìn thấy anh ngay, chính anh đã nhìn thấy cô trước. Quân bước đến chỗ cô đang ngóng đợi, anh có vẻ không tin vào mắt mình.

"Làm sao em lại ở đây?"

"Em có thể ở nơi nào khác được?" Cô đã đón anh như thế, giấu nỗi phật lòng của mình thật sâu, thật sâu không cho anh hay. "Anh về rồi, chúng ta đi thôi."

Anh lặng lẽ nhìn cô.

"Được." Anh nói, rồi chen ra khỏi dòng người, anh bước trước cô một đoạn.

Cô không phủ nhận, cô hơi bị hẫng.

Chỉ thế này thôi sao? Cô cứ tưởng gặp lại vào lúc này,

hay ít nhất, sau thời gian chia xa như thế, anh ít nhất cũng sẽ muốn nắm tay cô. Có thể do tay anh đang bận với vali.

Mà khi bác tài xế đỡ lấy hành lý của anh rồi, trong xe, anh cũng không hề thay đổi thái độ.

Anh ấy chỉ là đang vội vã muốn đến chỗ bố mình thôi, Clio à, đừng hoang mang.

Quân đã không nghĩ lời mẹ anh nói là thật, cô đến rồi, đến đón anh. Và, buồn cười thật, căn cứ gì mà anh lại không tin chứ?

Cô nói, cô còn có thể ở đâu khác được?

Anh chỉ muốn lao đến ôm cô vào lòng. Làm sao đây? Anh biết làm sao đây?

Anh làm thế nào để đối mặt với cô đây?

Xe chạy vùn vụt trên đường. Quân làm lơ bàn tay cô đang ở rất gần, rất gần anh. Thậm chí, chỉ một cơn gió nhẹ từ cửa sổ xe, mấy lọn tóc của cô cũng chạm vào vai anh.

Anh chỉ có thể lấy bệnh tình của bố lên làm đầu thôi, anh chỉ có thể tập trung hết tinh thần vào đó, cái khối u đang lan rộng, gặm nhấm cơ thể bố anh thật tàn ác.

Hạnh phúc đời anh cũng thế, sắp bị tàn phá. Quân nhắm mắt chờ đợi nỗi đau sắp tấn công, không cho anh cơ hội phản kháng.

14

Vui vì một người,
buồn vì một người
Tình yêu
Là hạnh phúc
hay nỗi đau?

alli nói, "Em muốn đi đâu?"

Chị không tin, cô đi Hà Nội chỉ để phỏng vấn. Không, nếu chỉ như vậy, cô có thể tìm việc ở H. Chị phản đối cô kiếm công việc ở xa gia đình.

"Em nói thật đi, Clio. Nếu không em không thể đi được đâu."

"Chị, xin để em đi." Clio đã nói. "Em cần phải đi vì việc của em. Em đã đủ lớn để biết mình phải làm gì rồi."

"Chị không có quyền ngăn cấm em đâu, Clio, không còn nữa. Nhưng chị vẫn có quyền lo lắng cho em."

Clio nhìn chị gái. Tự hỏi đã bao giờ cô sử dụng giọng nói này trước mặt chị chưa. Cô nói, "Chị, em sẽ đi, nhất định phải đi."

Em xin chị.

"Chị không thể để em đi không có lý do gì được."

Clio đã nhất quyết phải đi bằng được.

Cô gần như nhét vội vàng mọi thứ cần thiết vào vali. Calli rất tức giận, đã rất tức giận. Cô đoán thế, bởi cô đã không có thời gian quan tâm đến sự giận dữ của chị.

"Em đừng nghĩ chị không thể đoán ra em đi đâu. Nhưng đó không phải một mối quan hệ chính thức, em không thể theo người ta mà chạy đi như thế, sẽ còn thể thống gì nữa?"

Hóa ra, chị ấy biết.

"Chị, hiểu cho em lần này thôi, em sẽ không tái phạm. Đó là một con người đáng quý, đang chết dần."

"Nhưng em đến đó thì có ích gì?" Chị ấy không hiểu. "Trước khi chị nhờ bố can thiệp thì em hãy dở đồ ra đi."

"Chị không thể làm thế với em."

Clio giật mình, bởi lời của chính bản thân cô, cô thấy gì vừa thoáng qua trên gương mặt của chị gái mình? Cô... có thể làm thế với chị ư?

"Em vừa nói bằng giọng gì với chị vậy?"

Clio rơi lệ.

Cô, đã không biết phải làm thế nào. Cô đã không thể suy nghĩ gì hơn nữa. Cô đã chỉ biết, mình nhất định phải đi.

"Chị hiểu cho em đi, chị ơi. Chị cứ coi em như chị Êra, đi làm một việc thiện, chỉ là mấy ngày. Em không thể không đi. Cho dù là không giúp ích được gì, em cũng nhất định phải đi."

Clio đã nói thế, và rời khỏi nhà. Cô gọi điện cho Ơtec, chị ấy sẽ biết phải làm gì. Cô đã năn nỉ chị ấy giúp cô làm cho Calli hiểu. Hy vọng Ơtec có thể khiến mọi chuyện trở nên hợp lý. Cô cứ như vậy mà đã ra đi.

Đến bây giờ, Calli không hề gọi lại.

Bố anh tỉnh lại rồi. Quân vừa trở về, ông liền tỉnh lại.

Giống như mọi chuyện chưa từng trở nên tồi tệ đến thế. Ông mở mắt ra, và cười nói trở lại. Nhưng Clio biết, sắc mặt Quân vẫn đau đớn thêm từng ngày trước nụ cười của

ông, bệnh tình của ông không hề khá hơn. Nó trầm trọng thêm từng ngày, từng phút giây.

Anh đau đớn. Cô đau đớn.

Họ bất lực, cố giữ lấy niềm vui nhỏ bé là ông vẫn còn sống trong giây phút mà thôi.

"Cháu xem đây này, đây là hình thằng Quân lúc nhỏ." Bác chỉ vào tấm hình, bàn tay hầu như không di động, chỉ có Clio ôm quyển album lật theo từng trang ông muốn. Quân đã ngăn cản việc này, lại sợ một tai nạn khác xảy ra, nhưng anh không cản được niềm vui mà ông muốn có. "Đây là hình bác lúc nhỏ, đó là ông nội và bố bác, bên kia là ông sơ... Bây giờ giới trẻ lập gia đình muộn hơn ngày xưa nhiều, không thể có cảnh tứ đại đồng đường nữa..."

"Bây giờ tam đại đồng đường đã vui lắm rồi." Bác gái nói.

"Hai đứa sớm kết hôn thì hay biết mấy." Ông chép miệng, nói như vô tình mà cố ý. "Bác sớm có cháu bồng, hay là..."

"Cô ấy còn chưa tốt nghiệp, bên nhà không thể đồng ý đâu bố." Quân bỗng nhiên lên tiếng, Clio kinh ngạc quay sang anh, cô không thốt lên tiếng nào.

"Không phải lúc này là lúc..."

"Bố ơi," Quân nói, anh đứng dậy, đến bên họ. Clio không nhìn anh, cô chú mục vào quyển album trên tay mình, nhưng cô biết anh đã đến gần sau cô thế nào. "Nhà cô ấy cũng rất quan tâm đến những chuyện thế này, bố biết nếu là chúng ta cũng sẽ không dễ chấp nhận chuyện đám cưới xung hỷ..."

Trong phòng bệnh bỗng nhiên lặng yên, Clio có thể nghe rõ cả tiếng máy móc hoạt động, thấy rõ từng hạt hơi nước trong không khí.

Một đám cưới chạy tang.

"Phải rồi," bác gái khẽ nói, "bây giờ có thể làm đám hỏi..."

"Bố." Quân lại nói. "Con hứa với bố con sẽ lập gia đình. Con đã đưa cô ấy đến gặp bố mẹ rồi. Con hứa, dù bây giờ bọn con không thể kết hôn ngay, nhưng cô ấy là người duy nhất con muốn lấy làm vợ."

Giọng anh trang nghiêm và ấm áp, nói với bố mẹ mình. Cô có thể hình dung ra gương mặt đằng sau mình đang tỏ ra chân thật đến thế nào.

Ông mỉm cười mãn nguyện, bàn tay run run đưa lên như thể hiện mong mỏi, Clio đón lấy bàn tay ấy.

Cô khẽ nói, "Bác trai, con cũng hứa với bác như thế." Trong khi cô nói, mắt cô khẽ cười, và cô cảm nhận một bàn tay như đá cứng, đặt lên vai mình. Phía bên kia giường, bác gái lại khẽ chấm nước mắt.

Cô hứa, lời hứa của một kịch sĩ đại tài.

Bác trai thiếp ngủ đi rồi, Clio đưa bác gái trở về nhà, cô cùng bác ăn tối, trong khi anh ở lại bệnh viện.

Quân ngồi trên ghế sôpha, lúc này là lúc anh nên gọi điện sang Pháp, thực hiện nghĩa vụ của mình, nhưng anh không làm được.

Anh nhìn bố đang ngủ. Ông đang rất vui mừng, rằng cuối cùng anh cũng đã ổn định, gia đình họ đã có thể có

dâu hiền dâu thảo. Quân nhắm mắt. Anh cũng ước gì có thể được như thế.

Nghe thấy tiếng động, Quân khẽ mở mắt ra. Anh tưởng đó là y tá, đang đặt lại mấy thứ lặt vặt trong phòng cho đúng chỗ.

Cô gầy quá, dáng cô đứng nghiêng nghiêng, cúi xuống chỉnh lại giấy tờ trên bàn, mái tóc dài là một vệt thẳng nhẹ như khói sương. Làm thế nào cô đến được đây, và đến làm gì? Anh không biết cô đã ở đây bao lâu, làm sao cô có thể vào bệnh viện, đi qua những cảnh máu me và chịu đựng tất cả những cái đó... vì điều gì vậy?

Dường như nhận ra anh đã tỉnh, cô đi đến cạnh anh, trên tay mang một ít thức ăn.

"Em mang đến cho anh."

"Đáng ra em cứ ở nhà."

"Bác bảo em đến."

Anh đứng thẳng dậy, cầm lấy thức ăn trong tay cô như đoạt lấy, đặt xuống bàn.

"Việc của em đáng ra không phải ở đây. Em phải ở nhà em."

Một thoáng chốc, mắt cô như mờ sương. Clio hiểu ra anh muốn nói gì.

"Anh không cần em ở đây."

"Phải." Anh nói, dù cô chẳng phải là đang hỏi.

"Em muốn ở đây." Cô chậm rãi nói, lời của cô đánh vào tâm trí anh thật nặng. Anh ước gì, quên đi hết và cứ thế ôm cô vào lòng, chậm rãi giấu cô trong tim anh.

Clio khẽ ngước lên nhìn anh. Về mặt nào đó, việc anh

đứng thẳng dậy khi nói chuyện với cô hầu như là khiến vị thế anh cao hơn cô, ít nhất là về mặt chiều cao thể chất. Đối với khuôn vai rộng và chắc chắn của anh, cô dường như nhỏ bé hơn, yếu thế hơn vậy.

Nếu... là trước đây, làm một cô gái ngoan, cô không thể ngước lên nhìn người đang nói, để mặc cái uy thế ấy của anh lấn át mình. Cô nghĩ, anh cũng không nhận ra việc ấy tác động thế nào với cô đâu, cho nên anh mới làm thế. Nhưng bây giờ cô đã khác, cô kiên định nhìn anh.

"Em muốn ở đây, nên em đã tới."

"Cảm ơn em," lời anh sáo rỗng, "cảm ơn tình cảm của em đối với bố mẹ anh."

"Không, không phải." Clio lặng lẽ phản bác lại lời anh. "Em quý hai bác, nhưng em đến là vì anh, nếu đó không phải là bố mẹ anh, với em cũng chỉ là người dưng."

Đó mới là cô thực sự, cô là một kẻ vị kỷ, vậy thì sao nào? Ít nhất, cô cũng biết được mình muốn gì và cần gì. Ít nhất, cô sẽ tự lo cho mình, không thể để bản thân mình bị tổn thương. Vì cô còn phải bảo vệ tình yêu mỏng manh còn đang trong lúc thành hình này, cô muốn nó được lớn lên sẽ an toàn một chút, sẽ đẹp rực rỡ và mạnh mẽ. Sẽ không bị những nghi ngờ và xa cách làm cho méo mó đi.

Quân nhìn cô, ánh mắt của anh có hàm chứa chút hoang mang nào không, cô không rõ. Cô hy vọng anh đã quen với sự thật rằng, cô không phải là người anh đã được giới thiệu, ngoan ngoãn và im lặng chịu đựng. Anh có vẻ không nói thêm được lời nào.

Cô không biết, tại sao anh lại như thế. Rõ ràng chỉ xa

nhau hơn một tháng, cô không biết chuyện gì đã xảy ra, anh đã thay đổi thái độ rồi. Anh xa cách với cô.

"Em về đi, về H đi."

Clio bước ra khỏi phòng bệnh bằng những bước đi vô cùng vững vàng, và một nỗi hoang mang trong lòng.

Cô bước vội trên hành lang, bí quyết để không ngó Đông ngó Tây và nhìn thấy những gì cô không muốn thấy. Cô chao đảo.

Đi thật nhanh, thật nhanh qua những đám đông, cô va phải một, hai người. Clio xin lỗi mà không cần nhìn lại, cô chỉ đi thật nhanh thật nhanh.

Cô gần như lao vào chiếc xe đang chờ sẵn. Ngồi vào xe rồi, bác tài xế già liền tự động lái đi.

"Khoan đã bác," cô thốt lên, "khoan hãy về biệt thự."

"Nhưng cô à, cô muốn đi đâu?"

Clio không biết phải trả lời thế nào, cô đã tự bước ra khỏi bậc cửa nhà mình, rơi vào một nơi xa lạ và hỗn loạn. Cô nhìn xuống váy mình, một vết máu dây vào do ban nãy đụng phải những người kia. Vệt máu thành hình bàn tay rất rõ, rất nổi bật trên nền vải màu kem.

Đi đâu? Khách sạn? Sân bay? Nơi tận cùng thế giới?

Khi bác tài xế quay lui để nhìn Clio, cô đã ngất đi rồi.

Em không thể không đi. Cho dù là không giúp ích được gì, em cũng nhất định phải đi.

15

Hạnh phúc thì sao?
Nỗi đau thì sao?
Chỉ cần nó là tình yêu,
Vậy đã đủ rồi.

Clio sinh ra đã được các chị gái chăm sóc.

Mẹ cô qua đời khi cô mới lên hai. Hình bóng bà, cô biết đến phần nhiều nhờ những tấm ảnh cũ. Calli đã vừa là chị, vừa là mẹ của mấy chị em cô.

Cô sai rồi, không phải vì cô đã rời H đến đây, bên những người này, mà vì cô đã nói với chị như thế. Đáng ra cô cần năn nỉ chị cùng đi, làm chị hiểu vấn đề, và cùng đi với chị. Đẩy hết vấn đề lên Ơtec, cô đã vô trách nhiệm.

Cô đã quá vội vàng, quá cảm tính, cô đã quên mọi trình tự. Thế giới đâu được xây dựng bằng những phút giây thoáng qua của cảm xúc, nó là cả một quá trình gây dựng đầy lý trí. Cô đã bỏ mặc lý trí của mình.

Đến đây, cô đã vui mừng được làm chỗ dựa cho người khác, tưởng rằng mình mạnh mẽ. Hóa ra, chỉ cần một chút lạnh nhạt của người ấy, cô liền gục ngã.

Clio xấu xa, kiêu hãnh, hóa ra ngươi vẫn yếu đuối y như trước mà thôi.

"Cháu tỉnh rồi?" Giọng một người mẹ dịu hiền chạm vào lồng ngực cô, buốt làm sao. Dòng nước mắt trên má cô chảy dài.

"Bác?"

"Cháu tỉnh rồi, may quá. Ôi cháu tôi." Bác Dung mừng rỡ nói.

"Cháu..."

"Ngất xỉu. Tội nghiệp cháu. Là lỗi tại bác, toàn dựa dẫm vào cháu, chắc cháu cũng đã gắng sức quá rồi."

"Không phải đâu ạ," Clio khẽ nói, "là lỗi ở cháu." Là cô đã quên bản thân mình yếu ớt thế nào. Cô đã ngộ nhận quá nhiều.

"Cháu mau nghỉ đi." Bác Dung nói, ngực Clio đè nặng một cảm giác tội lỗi hòa với sự ấm áp khi được quan tâm.

Cô đang ở trong một căn phòng của biệt thự nhà anh, trong một cái giường kiểu công chúa mà mẹ anh đã chọn cho. Chỉ cần chìm người vào trong gối, cô sẽ có cảm giác dường như được chăm sóc, dường như đang ở nhà.

Mẹ anh rất dịu hiền, làm cô nhớ tới những hình dung của mình về mẹ. Vậy mà cô từng muốn bỏ về ngay tức khắc sau những lời anh nói ở bệnh viện. Cô không biết tại sao anh nói thế, nhưng cô quyết định cô sẽ quên nó đi. Cô là đứa như thế, cô chỉ nhớ những gì muốn nhớ, và sẽ quên đi những gì không ưa. Bây giờ, cô bắt đầu nghĩ đến cây cầu ở H.

Cô, lúc này không nên yếu đuối, cô cần tỉnh táo lên.

Quân biến mất rồi. Hôm sau, khi Clio đến viện vào sáng sớm, đã không thấy anh. Người canh bác Trung chỉ có mấy cô y tá. Bác gái đến, cũng không biết anh đã đi đâu.

Từ sáng đến chiều, anh không xuất hiện, cũng không về biệt thự.

Bác Dung lập tức trở nên lo lắng. Clio trấn an bác – việc cô có thể làm, và có mặt ở đây để làm. Hóa ra hai người xa

lạ như vậy, cô có muốn tìm anh, trong cái thành phố rộng lớn này, cũng không biết tìm ở đâu.

Anh cứ như vậy biến mất, dường như không lo lắng cho bố mình? Cũng quên đi nghĩa vụ của chính mình?

Cô không biết phải nghĩ gì, nên nghĩ gì. Bệnh tình của bác trai không thuyên giảm, cô cũng không rời đi, tiếp tục làm như anh chưa từng trở về vậy.

Ơtec gọi điện cho Clio. Chị ngày nào cũng gọi, còn muốn theo cô đi Hà Nội. Nhưng với tình trạng sức khỏe của chị, tức là với một cặp sinh đôi càng ngày càng lớn trong bụng, anh Lân không cho phép chị đi xa.

Ơtec nói, "Em đến chỗ chị Tal mà ở. Tạm thời như vậy đi, nếu không sẽ rất chướng."

Thử nghĩ, nếu Calli biết cô sống ở nhà Quân, chị ấy sẽ hoảng hốt đến mức nào? E rằng, vừa nguôi ngoai lo lắng, chị lại lập tức xuất hiện như phép thần thông, áp tải cô trở về ấy chứ.

"Chị đừng lo, em cũng định chuyển về khách sạn. Ban đầu em muốn chăm sóc bác thôi. Anh ấy về rồi em ở trong nhà cũng không tiện nữa." Clio nhẹ nhàng nói, trở về với vai trò của mình.

Đừng nói cô sai khi chuyển đến biệt thự, cô còn sai trầm trọng hơn khi chưa hề đến thăm các chị, thậm chí báo cho các chị biết mình ở Hà Nội – Ơtec đã làm việc đó thay cô, và các chị mới gọi cho cô. Bây giờ cô liền sửa sai.

Xe đưa cô về đến biệt thự để lấy đồ, Clio nhìn thấy chiếc Ferrari màu trắng đỗ giữa lối đi – ngang như cua. Cô tự hỏi anh có trong nhà hay không, tại sao đậu xe lung tung vậy.

"Bác ơi," Clio nói khi bước vào, cô hỏi bác Hoa "anh Quân về sao ạ?"

Cũng như bác tài xế, bác Hoa là người giúp việc của gia đình, mười mấy năm nay luôn đi theo gia đình anh, dù ở Pháp hay là về nước. Mấy ngày qua phải lo việc trong nhà, cô nhanh chóng trở nên thân thiết với bác.

"Tôi cũng không rõ đâu cô, tôi đi chợ về thì đã thấy xe cậu, nhưng không thấy cậu đâu cả."

"Cháu biết rồi, cảm ơn bác ạ." Clio nói, không quên kèm theo một nụ cười nhẹ.

Cả ngày hôm qua anh đi đâu, cô cũng muốn biết. Clio vào phòng cho khách, soạn hết đồ đạc của mình vào vali, khi đi qua phòng anh, cô nửa muốn gõ cửa, nửa lại không.

Anh đã khiến mọi chuyện cô làm trở nên thừa thãi. Thậm chí xúc phạm đến sự quan tâm của cô...

Phòng anh tối om.

"Quân?" Lời gọi khẽ như mèo.

Cô nhìn thấy một chuyển động nhẹ trong bóng tối.

"Sao anh không kéo rèm ra?"

Cô hỏi, nhẹ nhàng bước đến.

"Mai? Mai à?"

"Không, không phải, em là Clio." Cô nói. Anh đang gọi tên em gái mình.

"Clio." Anh thốt lên tên cô, có chút ngờ nghệch.

"Quân?"

"Clio?"

"Vâng." Cô đáp lời anh. Quân à, anh lại sao thế?

Tay anh chạm vào tay cô, giữ lấy tay cô đang định kéo rèm lên. Trong cái nhập nhoạng nửa tối nửa sáng, gương mặt anh hiện ra.

Anh nhìn thấy cô ấy, gương mặt mỏng manh như làn khói. Tay cô ấy vẫn lạnh như vậy, càng khiến sự hiện diện của cô thêm mong manh hơn. Clio, ôi Clio, Clio của anh.

Anh không kìm được lòng mình nữa, phút chốc anh thấy mình thật rồ dại, thật ngu ngốc đến mấy. Anh thấy mình chỉ đáng chết quách đi. Anh muốn kể hết cho cô.

"Quân à, anh sao thế?"

Lúc trong bệnh viện, anh đã làm tổn thương cô ư? Anh có làm tổn thương cô không? Anh... thậm chí không biết mình đã làm gì, anh cứ thế lao đầu xuống vực thẳm sai sai sai. Anh lang thang trong sai lạc.

"Em..." Anh nhìn thấy trong tay kia của cô đang nắm lấy vali. Cái vali thật nặng. "Em định đi ư?"

Anh làm như không tin nổi, hỏi cô. Clio gật đầu, chưa kịp nói gì thì lồng ngực cô đột ngột chịu một va chạm mạnh mẽ, anh ôm xiết lấy cô, quá mạnh mẽ khiến cô giật mình đau đớn.

"Anh..."

"Anh xin lỗi. Là tại anh, tại anh hết. Anh điên rồi."

Giọng anh mang sắc thái tuyệt vọng cùng cực, nỗi khổ sở không cam lòng khiến cô cũng sợ hãi và tuyệt vọng theo anh, ôm lấy sự sợ hãi mơ hồ.

Cô biết mà, chắc chắn đã xảy ra chuyện, nên anh mới

trở nên tuyệt tình như vậy, đối xử với cô như thế. Cô thoắt mừng, lại chìm trong sợ hãi vô cùng.

"Quân, chuyện gì đã xảy ra vậy?" Cô nghi ngờ. "Rốt cuộc là chuyện gì vậy? Nói em nghe đi anh?"

Anh không vội đáp, anh giữ chặt lấy cô trong lòng, từ phía sau vùi mặt vào cổ cô như đang lưu luyến gì tha thiết lắm. Tim cô đập mạnh đến muốn tan lồng ngực, thịch thịch đầy thảng thốt trước sự gần gũi đột ngột của anh, trước thái độ yêu thương hết mực của anh. Cô cảm thấy, từng chỗ từng chỗ anh đang chạm đến, và cả những chỗ anh chưa chạm đến, đều đang nóng lên, như sắp phát hỏa. "Anh à!"

Giọng cô ngọt quá. Anh làm ngơ không trả lời, để cô cứ gọi đi gọi lại. Anh từng thích lắm, cái cách cô gọi anh. Anh biết, cô có khả năng gọi người ta bằng lời mềm mỏng như vậy, cho dù chỉ là giả vờ để người ta vui lòng cũng được, cũng khiến anh mê mẩn không dứt.

Anh nhận ra, anh đã nhớ cô ghê gớm, suốt những ngày qua, không ngày nào anh không muốn được lao về bên cô. Không ngày nào anh không muốn được có cô trong vòng tay, được nghe giọng cô, được chạm vào cô, tha thiết cùng cô, được ôm cô chặt thật chặt thế này.

Anh chẳng cần biết gì nữa hết, tương lai là cái gì, anh chỉ muốn ôm cô thế này mãi thôi. Để cho tất cả khao khát của anh bùng lên thành một ngọn đuốc tự diệt. Anh chỉ muốn có mình cô. Anh muốn quên đi hết thảy, chỉ có mỗi mình cô – niềm hạnh phúc duy nhất còn lại của anh. Anh

không thể để cô đi, anh không thể mất cô được. Anh hối hận lắm rồi, hối hận đến cháy cả tâm can lòng dạ.

Điên rồi, điên rồi, anh phát điên rồi.

Clio, em có độc dược gì vậy? Khiến anh yêu em sâu sắc đến thế này, là độc dược, mê dược, hay là tình dược đây?

Hóa ra, cô đã rất giận anh. Clio nhận ra cô đã tức giận với anh lắm, hôm trước. Cô cảm thấy mình tổn thương sâu sắc, thậm chí cô đã nghi ngờ bởi suy cho cùng giữa họ hoàn toàn còn chưa có hứa hẹn gì.

Vậy mà lúc này, được anh ôm trong vòng tay mới nhận ra mình giận anh, bởi vì đã yêu anh đến thế này. Nỗi giận biến đâu mất, chỉ có cảm giác ấm áp trong lòng như bùng nổ. Anh ôm cô chặt đến phát đau, nhưng Clio không hề muốn bảo anh buông ra. Cô cảm thấy, sức mạnh của cái ôm ấy như thể hiện được anh yêu cô nhiều thế nào. Nếu trước đây cô từng nghi ngờ, thì giây phút này cô dám chắc mình không hề đơn phương yêu anh. Suy cho cùng thì tình yêu đâu phải lúc nào cũng ngọt ngào, đôi khi nó khiến ta có chút đau đớn, nhưng con người vẫn cứ muốn yêu, và vẫn cứ phải yêu. Cô còn muốn thời gian ngừng lại, cứ để cho giây phút này anh ôm cô thật chặt kéo dài mãi mãi.

Hơi ấm của anh trùm lên cô, to lớn mà không đe dọa. Cô cảm thấy hồn anh gần gũi vô cùng với hồn cô.

"Clio, Clio," anh nói, vội vàng như tham lam muốn gọi tên cô thật nhiều, phủ lên cô thật nhiều yêu thương, "Clio, Clio, làm sao anh xa em được đây?"

"Vậy thì đừng, đừng bao giờ xa em." Cô khẽ nói, nhắm

mắt lại, cô muốn mọi giác quan của mình nhạy cảm hơn nữa, đón bắt, ghi nhớ mọi cảm xúc của giây phút này. Vậy thì hy sinh thị giác vậy. Trong bóng tối này, cô nhắm mắt lại còn có thể mường tượng gương mặt anh rõ hơn bao giờ hết.

Lần này trở về, anh gầy đi nhiều, nhiều lắm. Để anh ôm trong vòng tay thế này, cô càng cảm nhận rõ gương mặt anh hốc hác đi rồi, và tâm hồn anh cũng đang đau đớn đến chai sạn. Cô cảm thấy có lúc như anh hoang mang, có lúc như anh muốn buông tay mà không làm được.

Anh đang trải qua những ngày tháng khó khăn nhất của đời mình, mà bất hạnh dường như không chỉ có một hai chuyện mà thôi.

"Anh cũng muốn thế, anh cũng chỉ muốn thế... Trời ơi, anh dám nói với em, anh sẽ không thể làm thế được."

"Làm gì cơ anh?" Không thể không xa cô ư?

"Xa em," anh nói, "anh không thể xa em được."

Phải, anh ngu ngốc thật. Điều đơn giản như vậy mà cũng cứ phải nháo nhào lên suốt thời gian dài đến vậy.

Chân lý chỉ có một thôi, anh sẽ không thể làm khác được.

Quân khẽ cười, làn môi anh khẽ chạm vào da cô, vui mừng hưởng thụ sự mềm mại dịu dàng mà anh nhung nhớ, như kẻ lang thang trong sa mạc lâu ngày bỗng rơi vào vương quốc màu mỡ bạt ngàn của những con suối ước mơ.

Bây giờ thì anh biết rồi, và anh cũng quyết định rồi.

16

Người ta thường hỏi,
bánh mì hay tình yêu?
Tôi trả lời, bánh mì dùng để
giữ lấy sự tồn tại,
Còn tình yêu,
là ý nghĩa của sự tồn tại ấy.

Clio nằm gọn trong lòng anh.

Quân nói, cô nhẹ hơn một con mèo.

Con mèo con này liền chìa móng vuốt ra, trừng phạt áo sơ mi của anh. Anh chịu thua rồi cô liền khanh khách cười, dụi đầu vào ngực anh.

"Anh thích nghe em cười như thế lắm!" Anh thổ lộ, cầm lấy bàn tay vừa cào cấu nghịch ngợm, miên man nó trên môi mình. Clio đỏ mặt, muốn rụt lại mà anh chẳng cho. "Anh cũng muốn làm thế này lâu lắm rồi."

"Cười như thế là vô ý tứ." Cô nói nhẹ lắm, chỉ thỏ thẻ đủ cho mình anh nghe thấy.

"Vô ý tứ với mình anh là đủ rồi."

"Mặt dày." Cô mắng anh, giật tay lại ngay, cương quyết bảo vệ vùng lãnh thổ mềm mại ấy khỏi sự tham lam của anh.

"Keo kiệt!"

Anh phụng mặt, Clio khẽ cười. Cô thử tính xem, một hoàng tử có thể làm nũng không, thế nhưng cô chẳng nhớ rõ về việc đó nữa rồi. Lúc này giấc mơ hoàng tử bạch mã của cô chỉ có mỗi hình bóng kẻ đang hờn dỗi giả vờ này.

Cô đặt tay lên mặt anh, anh yên lặng để ngón tay cô vẽ những hình vuông lại tròn trên má rồi trán anh. Vẽ vẽ như không biết chán vậy.

"Anh... cuối cùng là sao vậy?" Clio hỏi, giọng cô dịu dàng vô cùng, giống như hóa thành một sợi chỉ nhỏ len vào lòng anh, vừa muốn hỏi, vừa muốn xoa dịu những vết thương cô chưa hiểu hết. "Có chuyện gì hả anh? Em không muốn anh giữ một mình đâu."

Quân thở khe khẽ, cảm giác được sự quan tâm của cô kỳ diệu hơn mọi thứ thuốc chữa lành vết thương. Cô sẽ ghét bị giấu diếm. Và anh cũng không nên giấu diếm cô. Anh chỉ không biết thú nhận với cô thế nào.

Anh chỉ muốn nói tất cả với cô, nhưng anh không xứng, không có quyền làm cô đau.

"Anh lo lắng," anh thở dài, "lo lắng về ngày mai."

"Ngày mai thế nào hả anh?" Giọng cô chùng xuống, đượm buồn. Anh nắm lấy tay cô, anh không muốn có chút buồn nào vương trong giọng cô.

Anh biết cô rất nhạy cảm.

"Bệnh tình của bố anh, kết thúc đang đến rất gần rồi." Anh đáp.

Chỉ thế thôi sao? Cô muốn hỏi anh thêm, nhưng cô linh cảm – nếu thật sự có điều khác thật – anh sẽ lảng tránh.

Và, đúng là, còn gì bất hạnh hơn tử thần đang rình rập từng giờ bên giường bệnh người thân thương nhất chứ? Cô đã nghĩ quá nhiều, cũng đã nghĩ quá cạn rồi.

"Anh, đừng quá đau lòng." Clio nói, nắm chặt lấy tay anh, nói bằng tất cả sự chân thành mà cô biết. Cô làm sao khuyên anh không đau lòng đây? Cô chỉ có thể mong, anh đừng bị nỗi đau đánh gục thôi.

Cho dù đó là một nỗi đau được dự đoán trước, thì khi

cái chết thực sự đến, nó vẫn là một nỗi đau mạnh mẽ, đột ngột và dữ dội cuốn hết nước mắt của tất cả mọi người vào trong tận sâu thẳm.

Bác Dung mạnh mẽ hơn nhiều so với họ đã lo lắng.

Cô và anh đã thay nhau túc trực, để mẹ anh được nghỉ ngơi. Chỉ hai ngày sau đó, cái chết đến không hề có màn chào hỏi, mau chóng mang bố anh đi ngay trước mắt họ.

Đó là lần đầu tiên Clio trực tiếp chứng kiến nỗi đau đớn của phút lâm chung.

Người đầu tiên Clio nhìn thấy là anh, gương mặt anh điềm tĩnh quá so với người con trai từng hoảng loạn đến đóng băng ngay tại trước cửa phòng bệnh này mấy tháng trước. Anh đau đớn, mà mọi nỗi đau đã chôn chặt trong lòng rồi. Thử hỏi, cô chỉ mới gắn bó thân thiết với bố anh mấy ngày, đã cảm thấy yêu thương ông ấy biết bao nhiêu, nỗi đau của cô so với những gì anh chịu đựng thì có thấm thía gì. Clio cũng nén ngay nước mắt, tự nhủ mình là một kịch gia đại tài, cô phải giúp đỡ anh bằng tất cả những gì cô có.

Cô giữ lấy tay bác Dung trước khi bác kịp khuỵu ngã. Cô sợ bác sẽ ngất đi, vậy mà không, bác đi đến bên cạnh chồng mình, nhìn như chôn chân tại chỗ, và bắt đầu khóc.

Quân không làm được gì, Clio liền đến ngay bên bác ấy. Khóc và có người lắng nghe, sẽ đỡ hơn nhiều, bớt đi cảm giác đơn độc cùng cực so với khóc một mình.

Bác nói, tang lễ cần phải được tổ chức, nhưng bản thân bác không đứng ra nổi. Chỉ có Quân một mình làm tất cả. Tang lễ đơn giản, nhưng trang nghiêm, thi thể được hỏa thiêu theo ý nguyện của người đã mất.

Chuyến bay trở về H có sáu người.

Một trong số đó, đã là cát bụi trong chiếc bình sứ men xanh do chính ông tính trước.

Ông muốn được táng ở quê nhà, thành phố nhỏ bé mà ông không kịp trở về trước khi nhắm mắt. Bác Dung muốn chuyển hẳn về H, từ đây sẽ sống ở nơi mà chồng bác an nghỉ. Hai người giúp việc trung thành dĩ nhiên cũng cùng bà trở về nơi họ đã ra đi cách đây gần bốn chục năm.

Clio ngồi bên cạnh Quân, anh ôm di ảnh của bố, cứ ngồi mãi không nói gì.

Cô biết, anh không có tâm trạng để nói gì. Chỉ thỉnh thoảng, khi cô nắm tay anh, anh liền quay sang cười với cô thật hiền, để nói với cô rằng anh không sao.

Nhưng mà, nụ cười mà ẩn trong khóe mắt là nỗi đau đớn khôn cùng ấy, còn đau thương hơn nhiều so với nước mắt.

Nếu anh cũng khóc và ngã quỵ, ai sẽ nâng đỡ mẹ anh đây? Trước khi chết, bố anh đã dặn, nhất định phải chăm sóc mẹ anh cẩn thận. Bởi vì bà yếu đuối, sau khi ông mất đi, càng dễ quỵ xuống hơn nữa.

Ông dặn ba điều, thứ nhất là phải chăm sóc bà. Thứ hai là phải trưởng thành hơn, độc lập hơn, có trách nhiệm với bản thân hơn nữa.

Thứ ba, là phải hạnh phúc.

Quân rơi lệ, anh chỉ rơi lệ vào thời khắc ấy thôi. Từ lúc ấy, anh đã mạnh mẽ lắm. Bởi vì có cả cô ở đây, Clio nắm lấy tay anh, như chỉ ước truyền thêm được chút sức lực cho anh.

Quân cảm ơn ông trời, bởi ít nhất anh vẫn còn có cô ở đây.

Clio đã ngạc nhiên vì thành phần đi đón họ ở sân bay.

Chắc Ơtec đã báo giờ máy bay đến cho Calli, nhưng cô không ngờ chị ấy lại ra đón họ.

Calli đứng đó, vừa nhìn thấy đoàn sáu người bước đến, chị đã biết phải làm gì. Chị chia buồn với gia đình anh, đặc biệt cảm thấy đáng tiếc khi hai bên lần đầu gặp mặt trong hoàn cảnh đáng buồn như thế.

Chị biết, gia đình anh trở về H không có người đến đón. Chị không phải đến đón em gái, mà là đến chia buồn cùng gia đình này trong giây phút đầu tiên trở lại quê hương. Bác Dung lại khóc, cảm động không nói nên lời.

Bên cạnh cô, bác Hoa nói, gần bốn mươi năm lưu vong, cuối cùng họ cũng đã có thể trở về rồi.

Cảnh gặp ở sân bay rất cảm động, khi họ cùng ngồi trên taxi trở về, Clio ngồi cùng một xe với Cal, bác Dung và bác Hoa. Cô muốn ngồi cùng với Quân, nhưng cô biết thế nào là giới hạn. Chỉ không ngờ, Calli cầm lấy tay cô, nói nhỏ, "Em gầy đi nữa rồi."

"Chị..." Clio cảm động không biết nói gì, trong mắt Calli, mọi lời nói đều không cần nữa, chị rất dịu dàng.

"Chị không trách em nữa, Clio, em đã làm rất tốt."

Sự thay đổi này, Clio không biết từ đâu, nhưng cô quá cảm động.

Chị Calli nói chuyện với bác Dung, chị hỏi thăm gia đình và bày tỏ nỗi quan tâm thật hợp lẽ, chẳng mấy chốc mà từ sân bay, họ trở về trung tâm thành phố.

17

Tình ca có thể bi ai,

thơ tình có thể ảm đạm,

người yêu có thể sầu muộn,

Nhưng tình yêu

thì không bao giờ buồn.

"**T**ruyền thống là tang bố phải để ba năm. Tuy bây giờ nhiều nhà rất vội vàng, chỉ khoảng một năm rưỡi, hai năm, nhưng như vậy thật ra không phải phép. Hơn nữa, cùng với thời gian cậu ấy phải đi học cũng không nhiều hơn."

"Chị..."

"Em hãy nói với cậu ấy. Sau ba năm hãy làm đám hỏi, khoảng một năm sau, cậu ta học xong trở về làm đám cưới là tốt nhất."

"Vâng," Clio đành đáp lời, "em sẽ nói anh ấy như vậy."

"Vậy được rồi," Calli nói, chị điềm tĩnh như không. Cô biết về việc này chị đã cố nghĩ rất thoáng rồi, "về phòng nghỉ ngơi đi, cũng đã mệt nhiều rồi."

Clio vâng lời ngay. Cô biết, những lời như lúc trên đường từ sân bay về rất hiếm hoi, chị không phải kiểu người sẽ lặp lại những điều ấy.

Đối với cô, như vậy đã quá cảm động.

Hai nhà đã chia tay rất thắm thiết, phần nhiều là vì bên ấy quá bất ngờ và cảm động trước sự đón tiếp của nhà cô, gồm có Calli, vợ chồng chị Ơtec, và vì hoàn cảnh hiện tại nên không mấy đả động đến chuyện giữa cô và anh. Calli làm như chị không trách người ta đã gọi cô đi Hà Nội một cách "tùy tiện".

Thái độ của Calli nhã nhặn như thế, Clio đã quen, nhưng cô ngạc nhiên là vợ chồng chị Otec. Cô không ngờ, hai người ấy cũng trách cô? Không phải, Otec vẫn dịu dàng như thế, nhưng chị chỉ cứng nhắc khi nói lời chào với Quân, không thân thiết như đáng ra phải vậy. Anh Lân thì trong thoáng chốc, hoặc cô nhầm, anh như muốn chất vấn Quân điều gì rồi lại thôi.

Trở về nhà, Clio nằm lên giường, quá mệt mỏi để có thể nghĩ đến việc tiếp theo phải làm.

Rồi cô gọi điện cho Quân, anh vừa đưa mẹ vào nghỉ. Điện cho anh xong, cô bắt đầu dỡ đồ đạc ra, chậm rãi. Lòng cô nghĩ suy mà không rõ là vấn vương điều gì.

Cô đã trở về nhà, về phòng mình rồi, vậy mà chúng dường như xa lạ với cô so với ngày trước khi đi. Bởi vì trở về lần này, cô đã thay đổi rồi.

Otec khẽ thở dài, Lân xoa nhẹ trên vai cô.

"Đừng thở dài, sẽ có hại cho đứa trẻ."

"Đáng ra em không thể để nó đi một mình, không thể tin tưởng Tali sẽ trông coi con bé được."

"Em cũng muốn quản con bé như Calli sao?"

"Không phải, chỉ là lần này thôi, em hối hận."

"Hối hận giới thiệu hai đứa với nhau?"

Otec gật đầu, rồi lại lắc đầu. Lân khẽ cười, phụ nữ mang thai thì ý kiến dễ thay đổi liên tục, mấy tháng nay đã khiến anh phát hoảng lên rồi. Thật hối hận trước đây không muốn cô mang thai quá sớm, bây giờ lại quá lo lắng cho cô.

"Em đã mừng lắm, vì hai đứa nó yêu nhau, làm sao em hối hận được chứ?"

"Vậy là được rồi, chuyện này phải để chúng tự giải quyết, em đừng suy nghĩ nhiều." Anh không phải là ích kỷ đâu, nhưng sức khỏe của bà mẹ và trẻ em cần đặt lên hàng đầu. "Em muốn giúp cũng sẽ rất miễn cưỡng."

"Anh nói... chuyện đó có thật không?"

"Em hỏi câu này từ đó đến nay non trăm lần rồi đấy, vợ yêu à."

"Vậy anh nói... em có nên nói trước với Clio không?" Câu hỏi này thì là lần đầu tiên, nhưng anh biết, vợ anh đã băn khoăn nhiều không kém câu hỏi kia.

Cả anh cũng không biết trả lời thế nào. Anh cũng quý Quân, mà nếu chuyện như vậy xảy ra thì thật đáng tiếc.

"Chúng ta chưa hoàn toàn xác thực được chuyện đó mà em, đến khi nào Quân chính miệng nói ra thì mới khẳng định được..."

"Nếu cậu ta chối thì sao?"

"Em biết mà, công chúa, cậu ta sẽ không chối." Tính cách của cậu ta là vậy, nếu không họ cũng không mến cậu ta nhiều đến vậy.

"Nếu khẳng định chuyện là vậy, thì xem cậu ta sẽ xử lý thế nào. Chúng ta phải chọn cách ít tổn thương nhất đến em gái."

Ơtec liền gật đầu. "Thử nghĩ nếu Calli và người trong nhà biết chuyện này, chắc sẽ rối loạn mất!"

"Em à!!! Đừng tưởng tượng với những chữ nếu ấy nữa, cũng đừng thở dài hành hạ các con mình đi em." Lân thốt lên, nếu tiếp tục nữa, có khi Ơtec lâm vào chứng trầm cảm khi mang thai mất. Hôm đầu nghe tin, cô đã

khóc sướt mướt ướt cả chăn cả gối. Chuyện này quá quá nguy hiểm!

Nếu tin này không phải là thật, thì Lân dễ chém bay đầu kẻ phao tin khiến vợ anh lo lắng đến vậy. Anh cũng muốn giấu cô việc này thì yên lòng hơn, nhưng lại không thể làm thế.

Tiếc rằng, khả năng anh được chém nguồn tin hơi thấp, nó quá đáng tin cậy.

Lân quyết định, ngày mai gặp lại, anh phải hỏi Quân ngay tức khắc. Anh đã không thể hỏi cậu ta ngay sáng nay chỉ vì mọi người đều có mặt ở đó, và cũng là tôn trọng nỗi đau to lớn của cậu ta lúc này.

Nhưng, như anh đã nói, hạnh phúc của em vợ, cùng với nó là an toàn cho vợ con anh, còn quan trọng hơn.

Quân thu xếp cho mẹ nghỉ ngơi.

Anh trở về phòng. Họ đã mất tám tháng kiện tụng để giành lại được ngôi biệt thự ngày trước. Không phải vấn đề giá trị vật chất của tài sản này, mà là vì giá trị tinh thần của nó.

Anh ngả người xuống một trong những chiếc ghế xưa cũ của ông nội, ông cố anh.

Khi đấu tranh thành công rồi, họ cứ tưởng sẽ cùng trở về, không ngờ chỉ có mẹ và anh cùng ở đây, bố chỉ còn là ký ức.

Bùi Việt Quân à, một đoạn đường đời của anh đã dừng lại mãi mãi, tiếp theo sẽ là gì đây?

Anh Lân và chị Otec, thái độ của anh thì xa cách, mà

chị thì có vẻ bối rối ngượng ngùng, có phải họ đã nghe thấy tin gì đó truyền về? Quân nhớ lại. Anh... phải làm sao?

Năn nỉ họ không nói gì với cô ư? Và anh chị ấy đã biết đến đâu đã?

Tại sao lại thế này nhỉ, con người ai cũng từng có sai lầm, tại sao đến lượt anh lại thành ra thế này?

Nếu họ đã biết, anh phải nói thế nào với họ?

Điều duy nhất anh sợ, là cô thôi. Cũng như người duy nhất mà anh cảm thấy có lỗi cùng, chỉ là cô ấy. Anh chỉ sợ Clio sẽ đau lòng, anh chỉ sợ cô sẽ tổn thương. Anh đã quyết sẽ giải quyết mọi chuyện, chỉ sợ mỗi cô có thể bị tổn thương, đau lòng. Dù chỉ một chút ít thôi. Cô buồn đau một thì trong lòng anh vết cắt sẽ rộng đến mười, đến trăm.

Giây phút trong bệnh viện, anh biết cô đang dõi theo anh, ánh mắt quan tâm của cô.

Bàn tay anh vươn ra, rồi ép mình lùi lại, không dám chạm vào cô. Để cô chăm sóc mẹ anh, bản thân anh không thể làm điều gì hơn, chỉ cần chút cử động, cũng sẽ thấy anh quá yếu và quá run. Anh cảm thấy như nghẹt trong đau đớn và tuyệt vọng, tràn ngập bức thiết phải làm gì đó, bất cứ thứ gì. Tai anh ù đi. Quân muốn bản thân chết đi hơn là không giúp đỡ nhìn người anh yêu thương chết từ từ trước mắt mình. Nhìn bố trút hơi thở cuối cùng là thử thách nặng nề nhất từng xảy ra trong cuộc đời của anh. Anh không muốn mất đi bất kỳ một điều gì nữa.

Chi bằng, anh chủ động hẹn gặp Lân, nếu anh ấy có điều muốn hỏi, anh sẽ sớm nói thôi.

Quyết định thì đơn giản, thực hiện mới là thử thách thực sự kìa.

Merde!

Điện thoại của Quân reo vang. Anh bắt máy mà không mở mắt, tiếng nói bằng một ngôn ngữ khác đến với anh, bất ngờ cùng đắng cay.

"Mathieu, anh khỏe không?"

Anh vẫn khỏe, cho đến khi nhận cuộc gọi này.

"Tại sao anh không nhận cuộc gọi của em, sao anh không gọi cho em?"

Cô như sắp khóc ấy.

"Bố anh sao rồi? Mathieu, anh vẫn ổn chứ, anh có nghe thấy em nói gì không?"

Quân biết anh phải trả lời, trước khi nước mắt ở lục địa khác rơi, anh phải đáp lời. Anh phải nói một cái gì đó, mà ngôn từ như kẹt cứng trong cổ họng. Sa mạc trở lại, cát lạo xạo trong cổ họng không phát ra được thành lời.

"Mathieu, Mathieu?" Trong một thoáng ngắn ngủi hơn khoảnh khắc, anh nghĩ anh ước mình chợt quên tiếng Pháp, thứ tiếng anh biết từ khi mới sinh ra, ước anh là một ai khác, ú ớ và không cần trả lời cuộc gọi này.

"Mathieu...?"

"Anh đây, Sophie."

Phải, anh đây. Anh đã trả lời rồi. Bởi vì Chúa biết phụ nữ mang thai dễ khóc thế nào.

18

Tại sao, tại sao
và tại sao?

lio ngạc nhiên khi anh nói, hôm đó họ không thể gặp nhau. Giọng anh rất lạnh, rất mệt mỏi. Nếu không phải hiểu tình yêu của anh rồi, cô sẽ cảm giác, câu nói ấy chỉ là vỏ vật chất của cái thông điệp thực sự rằng, anh không muốn gặp cô.

Cô... ghét những lúc anh trở nên xa cách đến kỳ lạ. Nghĩ vẩn vơ, có khi nào anh muốn trả đũa ngày xưa cô thích chơi trò thả thả bắt bắt với anh hay không?

Đột ngột, cô nhận ra mình vừa dùng từ lạ. Ngày xưa, ngày xưa cơ đấy! Họ quen nhau còn chưa được một mùa của trời đất, mà cô cứ tưởng như đã là bao nhiêu năm tháng. Triệu chứng bệnh của Clio đã lên đến mức cao nhất. Không ai bóng gió đả động đến, chỉ tự cô suy nghĩ, vậy mà bỗng nhiên – một mình – cô đỏ mặt.

Bệnh thật rồi, đúng là bệnh thật rồi!!!

Lo chuyện an nghỉ của bố anh xong – ông đã muốn được chôn trong nghĩa trang gia tộc, nơi đó hiện nay lại không còn nữa nên anh phải kiếm một nơi khác có địa thế tốt, việc này đã chuẩn bị sẵn từ trước khi máy bay hạ cánh xuống H – Quân đến thẳng bệnh viện của Lân.

Thư ký nói, Lân đang thực hiện phẫu thuật, anh phải chờ. Quân biết tài năng và danh tiếng của Lân, một ngày chắc anh ấy phải thực hiện không ít ca mổ, nhưng Lân muốn gặp anh ngay khi có thể.

Nghe nói, Lân vốn không muốn dùng tài lực của bố anh ấy để xây dựng nên chỗ này – một công trình thật sự quá quy mô, Quân không nghĩ ở trong nước lại có cơ sở nào vượt qua được chỗ này. Quân đã không hiểu được anh ấy, đối với anh chỉ có việc thành công là quan trọng, anh đã không nghĩ đến, tại sao không thể dùng công sức của bố vào việc dựng xây ước mơ cho mình. Chính anh còn là con của ông ấy cơ mà.

Lân không muốn, nhưng nghe nói chị Ơtec đã thuyết phục anh bằng một cách khác hẳn giá trị của tài vật. Xây dựng một nơi như thế này, để chữa bệnh cho mọi người ở quê hương họ, không chỉ được đóng góp bằng những gì mình đã học, mà còn có thể xây dựng nên một nơi nghiên cứu, góp phần vào phát triển học thuật ngành Y trong nước, trả ơn dân tộc. Vậy là hai anh chị đã bắt tay vào xây dựng nơi này đây, và Quân từng hứa sau khi học xong sẽ góp công vào đó.

Thì bởi vì, Lân đã cất công đi mời, không chỉ trong phạm vi trường đại học hay bệnh viện của họ, mà sang cả nước Mỹ, Nhật, những chuyên gia, và đặc biệt là những du học sinh gốc Việt, mưu đồ biến nơi này thành một điểm tập trung chất xám hùng hậu. Được anh ấy mời lại còn là vinh hạnh của mình nữa ấy chứ.

Chị Ơtec đã nói, anh ấy một khi đã tiêu tiền của bố,

thì rất biết tiêu, tiêu rất chính xác. Nhưng để dựng nên cơ ngơi thế này vào tuổi của anh chị ấy, còn phải huy động vốn liếng lớn từ nhiều nguồn hơn thế.

Nhìn chỗ này, Quân nghĩ đến điều đắng lòng khác.

Không phải anh không từng có tham vọng cống hiến, không phải cho dân tộc mình thì cũng là cho khoa học mà anh đeo đuổi. Anh đâu chỉ sống để đâm đầu vào rắc rối và phí hoài bản thân mình? Quân chợt nhớ đến những tập ghi chép cẩn thận của chính mình về quá trình nghiên cứu – đề tài về sự phá vỡ tế bào mast giải phóng histamin. Họ *muốn* tìm thấy cơ sở cho một phương pháp mới, ưu điểm hơn và dễ ứng dụng vào thực tế hơn là Xolair trong chống lại IgE... Hay là anh *đã từng muốn*.

Không thể tin được là đã hơn ba tháng anh không hề mở tập giấy đó ra, gần như quên khuấy mất – bây giờ Quân còn không chắc nó đang ở đâu? Ở viện, nhà anh, căn hộ ở Pháp hay ở biệt thự? Chỉ mới một thời gian trước, tất cả những gì anh quan tâm đến chỉ là thế này, nồng độ IgE, eosinophil, thụ thể Fc... ngày đêm ở trong phòng nghiên cứu cùng với những gì anh tin là mình sắp tìm ra.

Anh có thể quên sao? Tất cả những công sức, những cố gắng, hy vọng của thời gian đó, anh có thể từ bỏ sao? Anh có thể để mình mất tất cả không? *Vì một cô gái, cậu sẽ từ bỏ tất cả, sự nghiệp và cả gia sản của mình ư?* Quân biết, anh sẽ không làm được, anh chỉ chọn con đường khó hơn trong hai lối đi mà thôi.

Nếu một người đàn ông phải tu thân, tề gia, trị quốc, bình thiên hạ, thì anh, đến thân còn chưa tu dưỡng, cho

nên còn làm khổ cả người mình yêu, nói gì đến gầy dựng sự nghiệp và cống hiến cho Tổ quốc?

Anh lúc này, chỉ có khao khát nhỏ nhoi thôi – nhỏ nhoi nhưng quan trọng với cả phần đời còn lại của anh – là được bên người anh yêu, mà cũng khó khăn biết bao nhiêu.

Lân thực hiện xong cuộc phẫu thuật, anh rửa tay, gọi điện về nhà báo công với vợ, hỏi thăm vợ và lũ nhóc còn chưa ra đời.

Ớtec cứng đầu vẫn muốn đi làm, anh gần như phải buộc cô nghỉ ngơi bằng mọi cách, lúc này hóa ra lại đang đi siêu thị mua len về đan áo cho con. Thôi thì đi lại nhiều cũng tốt cho việc sinh nở, chỉ cần cô đừng quá sức.

Lân khẽ cười, ở cái tuổi này, được xem là một trong những người đàn ông trẻ tuổi thành đạt nhất, bao nhiêu đài báo ca ngợi, chỉ có anh biết rõ nhất, nếu không có công chúa thì anh chẳng bao giờ được như ngày hôm nay, mãi là một tay đạo mạo "nhìn là muốn đấm cho văng ra" như ngày xưa Tín nói. Nhìn trong gương, một người đàn ông hạnh phúc nhất thế giới đang nhìn lại anh, Lân thấy một sợi tóc bạc xuất hiện. Chết thật, nếu không phi tang đi, để vợ thấy thì với tình trạng mau nước mắt hiện nay cô ấy sẽ lại buồn lo rằng anh quá lao lực mất thôi!

Thư ký báo, Quân đang đợi anh.

Lân trở lại nghiêm túc. Vấn đề đau đầu là đây đây.

"Vâng? Thuốc nhuộm tóc?"

Quân còn nghĩ mình nghe nhầm.

Lân thở dài, biết thế không hỏi cậu ta lại hơn. "Tìm hiểu cho anh loại nào không gây dị ứng cho sản phụ?"

Vẻ mặt Quân có tên là: *Đừng nói với em anh gặp em chỉ vì chuyện vặt này?*

"Đây không phải chuyện vặt, đối với tôi nó quan trọng, nên mới nhân thể hỏi ý kiến chuyên gia." Lân nói, khẽ thở dài lần nữa.

Anh ấy có khả năng đọc suy nghĩ của người khác?

"Anh biết cậu đang nghĩ gì." Lân nói, cái vẻ mặt anh không biết là dửng dưng hay quá nghiêm túc nữa, cứ chao qua chao về giữa hai thái cực, dường như không quyết định được nên mở đầu thế nào. Cuối cùng thì, anh cũng đang lo âu. "Không nói chuyện ngoài lề nữa, vào chính sự thôi."

Quân ngẩng đầu.

"Vâng."

"Hay chúng ta không nên nói chuyện trong văn phòng, ra ngoài đi dạo một lát nhỉ?"

"Vâng, được ạ."

"Hôm nay cậu lễ phép như kẻ đang làm sai chuẩn bị nhận án phạt vậy."

"Có lẽ là thế anh ạ." Quân khẽ đáp.

Lân quay lại nhìn cậu em, rồi anh tiếp tục khoác áo, họ cùng đi ra ngoài.

"Ngày trước tôi gặp cậu, tôi đã rất mến, vì cậu rất có tố chất." Lân nói khi họ đang đi về phía hồ nước. "Nhưng mà tính cách của cậu vẫn còn hơi lông bông."

Quân khẽ cười, anh biết nói gì khác ngoài gật đầu đồng ý. Vẫn là tiền bối nói đúng.

"Lần này cậu về nước, anh biết cậu có ý thức trách nhiệm rồi. Tuy miễn cưỡng, nhưng cũng ép cậu phải thành tâm thành ý, nên anh mới giới thiệu cậu gặp em gái Otec."

"Em rất cảm ơn cả hai anh chị."

"Ờ, đừng vội cảm ơn, chưa chắc là anh đáng nhận." Lân nói. Một đám trẻ gần đó đang chơi tung bóng, quả bóng bay đến, Lân liền đỡ lấy.

Quân đứng lặng nhìn anh. Lân tung trả quả bóng rồi, đứng yên, hai tay cho vào túi quần. Anh ấy đang chờ đợi anh nói trước sao?

"Em..."

"Cậu có yêu Clio không?" Lân hỏi. "Cậu đã thay đổi chưa?"

"Em yêu cô ấy."

"Vậy, chuyện của cậu và Sophie Renoir là thế nào?"

Clio thay đổi rồi.

Phẩm chất thục nữ của cô suy giảm rõ rệt, thêu khăn mà cô cũng có thể đâm vào tay mình. Người xưa bảo đấy là điềm xấu. Một hòn máu nhỏ hiện ra, thấm vào khăn. Cô rùng mình quăng đi ngay.

Hít hơi, hít hơi nào, đừng ngất, đừng ngất.

Clio bật cười khi nghĩ, hít thở mạnh thế này cũng vô ý tứ làm sao.

Khăn thêu hỏng rồi, cũng có thể lấy tấm vải khác thêu lại, chỉ không hiểu sao, hôm nay như trở trời, cô cứ đâm vào tay mãi. Cũng có khi là do cô mất khả năng tập trung, cứ nhớ đến lời nói của một ai đó...

Anh bảo, cô chỉ toàn thêu cây cối chim muông, lúc nào đó phải thử thêu cái gì lãng mạn hơn chứ.

Khóe miệng Clio khẽ mỉm cười. Cô ngẩng đầu ngắm trời xanh mây trắng. Giờ anh đang đau đớn, cô sẽ không nhắc nhở anh. Ba hay bốn năm, cô có thể đợi.

Quân lặng ngắt. Quả nhiên.

"Em có thể hỏi anh, đã nghe được những gì không ạ?" Anh lặng lẽ nói.

Lân khẽ nhìn anh như đánh giá có nên tin tưởng hay không. "Mấy hôm trước, Nam đã sang đây, cậu ấy quyết định ở lại giúp anh." Quân gật đầu, Nam cũng là một trong những đàn anh của anh, là người nổi trội nhất trong số du học sinh. "Tình cờ, bọn anh nhắc đến cậu. Cậu ấy đã nói với anh rằng, cậu đã quyết định làm rể quý của giáo sư Renoir."

19

Rơi vào lưới ái tình rồi,
trúng phải tình được rồi,
Vậy còn biết làm sao khác
được đây?

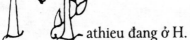athieu đang ở H.

Sophie ngồi ở sân bay Nội Bài, cảm thấy cả người đau nhức mệt mỏi. Cô đã trốn bố sang đây tìm anh ấy, tìm Mathieu.

Đáng ra với độ tuổi này của thai nhi, cô không thể lên máy bay, nhưng Sophie đã sớm chuẩn bị giấy tờ giả, ai bảo nhà cô toàn quen bác sĩ chứ? Nhưng không ngờ, lúc này lại đau đến thế.

Đáng ra, sáu tuần nữa mới sinh chứ.

Thế cái cơn đau càng lúc càng dồn dập này là gì vậy?

Ơtec gọi điện nói, chị ấy đang đan áo len cho em bé – mấy đứa trẻ chắc sẽ ra đời ngay trước khi mùa lạnh đến, bảo cô sang chọn len với chị.

Ơtec bảo, cho tiện, vì trời gần tối, cô có thể báo với Calli ở lại bên nhà chị luôn một hôm. Calli liền đồng ý.

Quân cảm thấy hồn chết một nửa rồi. Anh nói với Lân, xin anh, chuyện này xin để em tự nói với cô ấy.

Nhưng, anh làm thế nào nói được đây?

Clio sang nhà Ơtec.

Chọn len hóa ra cũng là một việc rất vui. Anh Lân đoán, hai bào thai này, chắc chắn phải là một nam một nữ. Clio thấy, đây là anh nói một cách nói duy ý chí mà thôi.

Lân vốn không muốn Ơtec phải mang thai, sinh con. Anh lại muốn có tiểu công chúa, Ơtec lại muốn có tiểu hoàng tử. Lần này sinh đôi, anh muốn tốt nhất là một long phụng thai, sau đó nhất định không để vợ phải sinh nữa.

Cho nên bây giờ chọn màu len, Ơtec chọn một màu xanh thiên thanh, với một màu hồng kẹo bong bóng, trông rất đáng yêu.

"Nếu sinh ra là hai tiểu hoàng tử, đảm bảo hai đứa sẽ oán thán cho mà xem."

"Còn nhỏ như vậy, chắc chúng không đến nỗi oán thán chứ?" Ơtec tự nhiên cũng chột dạ, hỏi.

"Chị nói xem, lúc đang nhỏ không biết chuyện, nhưng sau này lớn rồi nhìn ảnh, nhất là đứa dùng màu hồng bong bóng, chắc chắn sẽ xấu hổ đỏ mặt." Clio nói.

"Phải không? Hay chúng ta đi mua màu khác?" Ơtec lúc này nhạy cảm quá, lập tức băn khoăn. Tự nhiên Clio lại thấy có lỗi, cô vội an ủi chị.

"Em nói vậy thôi, con nít thì biết gì đâu chứ, chúng sẽ thấy ngộ nghĩnh thôi, không sao đâu chị."

"Ừm... Hay là chị đan bốn bộ, có gì có thể dự phòng?" Clio phì cười.

"Thực ra hai người đã chất đầy phòng trẻ rồi, nhiều đồ dùng không hết đâu, chị đan đến bốn bộ thì biết chất đâu nữa chứ?"

Ơtec nghĩ cũng đúng, Lân cũng từng nói cô như vậy rồi,

rằng hễ ra ngoài thấy gì hay đều mua về, áo quần cho con chắc đã đầy một xe tải. Nhưng cũng phải trách anh, bản thân anh cũng thích thú nữa, chẳng can ngăn cô thì thôi, lại mua thêm vào. Thành ra họ bị bảo là ông bố bà mẹ cuồng luyến, con chưa sinh ra đã thấy dễ bị chiều hư rồi. Xem ra phải kiềm chế thôi.

"Clio à, em nghĩ đúng thật." Ơtec cười thật dịu hiền. Không hiểu từ lúc nào, Clio đã không còn ganh tỵ với nụ cười này nữa rồi. Hóa ra, vẻ đẹp của nó, là từ sự hạnh phúc tự đáy lòng. Cô cũng cười theo chị. "Em có thích trẻ con không?"

"Trẻ con," Clio nói, "nghĩ đến là đã thấy vất vả, nhưng cũng rất nhiều niềm vui."

Đó chỉ là một phản xạ rất bình thường, khi nghĩ đến những đứa con của chính mình. Nhưng đột nhiên sao lại nghĩ đến anh ấy cơ chứ! Má Clio chợt đỏ rực.

"Lập gia đình rồi sinh con là chuyện bình thường, nhưng mà cũng kèm theo nhiều nỗi vất vả đấy. Nhiều người nghĩ lập gia đình sớm, rồi sẽ luyến tiếc tuổi xuân chưa kịp hưởng thụ."

"Em nghĩ, giống như chị với anh Lân là sớm được hưởng hạnh phúc trọn vẹn đấy chứ!"

Câu nói này của Clio lại nói trúng tình cảm của Ơtec, chị lại cười.

"Nhưng Clio à, em thì thế nào? Em cũng còn trẻ lắm, có nên ổn định sớm quá không? Hay là..."

"Thế nào hả chị?" Clio ngạc nhiên hỏi.

Ơtec không biết nói thế nào. Cô... Lân đã nói với cô rất

ký, rằng hãy cho Quân có quyền chịu trách nhiệm với tình cảm của cậu ấy.

Nhưng cô lại không biết cậu ấy định lựa chọn thế nào, có tổn thương đến em gái cô không? Bản năng làm mẹ của cô lúc này mạnh hơn bao giờ hết. Clio từ nhỏ đã yếu ớt, Ơtec từ lâu luôn coi chăm sóc bảo bọc em gái là nhiệm vụ của mình.

Calli, Ơtec, Mel, Talia... đều lớn lên trong sự chăm sóc và hướng dẫn của mẹ, nhưng như Ura và Clio, khi mẹ qua đời các em vẫn còn nhỏ quá. Cho dù có cố gắng bù đắp, vẫn là không đủ.

Clio lúc nào cũng ít nói, biểu cảm đôi lúc quá lạnh nhạt, cũng có những lúc trầm hẳn không nói năng, rất u uất, cộng với thể chất không tốt nên không thể giải phóng hết năng lượng của nó, từ nhỏ đã chỉ biết sống với những mơ mộng và thường xuyên buồn bã. Ơtec chỉ mong, Clio có thể có được hạnh phúc thôi, tại sao lại gặp phải chuyện không may như thế này?

"Clio à, em... rất thích Quân rồi phải không?"

Bất giác Ơtec đưa tay lên, khẽ vuốt một món tóc trên trán Clio, kéo nó sang bên. Con bé càng ngày càng xinh đẹp, vẻ đẹp như một thứ hương hoa quyện trong khí chất thanh khiết, có giấu cũng vẫn cứ lộ ra, nhất là khi nó không để ý đến. Hơn nữa, điều đặc biệt là hương thơm của một bông hoa, tự bông hoa ấy không bao giờ cảm nhận được cả.

Clio khẽ cười trước động tác quen thuộc ấy của chị.

"Chị à, chị còn hỏi em ư?"

"Chị biết." Ơtec không nén được thở dài lần nữa. "Chị biết chứ."

Tình yêu hiển hiện trong mắt em gái chị kia kìa, rực rỡ biết mấy.

Quân gọi điện cho Clio. Một cuộc, hai cuộc, ba cuộc, cô vẫn không bắt máy.

Anh bắt đầu cảm thấy bồn chồn trong dạ.

Cuộc thứ tư, thứ năm... Clio, tại sao lại không chịu nghe điện thoại của anh?

Quân không nhịn được nữa, liền gọi đến nhà cô.

"Clio? Nó đã sang chỗ Ơtec từ chiều rồi mà, hình như là sẽ ở bên ấy luôn." Calli đáp lời. Quân nhìn chằm chằm vào điện thoại, lòng quặn lại.

Anh đánh cược, gọi cho Clio một lần cuối cùng nữa, nếu không, sau đó anh sẽ chạy đến nhà chị Ơtec gặp cô. Nhưng còn chưa kịp đổ đến hồi chuông cuối cùng thì máy đã mất liên lạc, đầu bên kia đã tắt máy. Rồi điện thoại đột ngột đổ chuông, nhảy lên trong tay anh.

Số lạ.

"Mathieu?"

"Soph?"

"Mathieu, em đau quá, hình như em sắp sinh rồi."

"Cái gì? Em mau điện cho Renoir đi, đừng..."

"Mathieu, em không gọi cho bố được, em không phải đang ở nhà. A..."

"Em sao thế, Sophie, em đang ở đâu?"

"Em đang ở sân bay, em đến Hà Nội rồi."

Quân cảm thấy một giọt mồ hôi chảy dọc xuống thái dương mình.

"Đừng nói nữa, Sophie, em đang ở sân bay? Vậy mau kêu lên để bộ phận y tế tới chăm sóc. Em bắt đầu thở đi, nhớ bài tập thở chứ? Soph, bình tĩnh nào, anh lập tức đến chỗ em đây."

"Math..."

20

Trên đám cây sa thảo
Dưới bóng hàng thông
Tuyết nằm diễm ảo
Có cách nào giữ lại
Cho tuyết đừng tan không.

— SAKANOENO IRATSUME —

Hết pin rồi.

Clio ngạc nhiên nhìn màn hình điện thoại tối đen. Cô cứ tưởng pin vẫn còn đủ dùng thêm chút nữa, không ngờ mở túi xách ra đã thấy thế này rồi. Tự nhiên như có linh cảm, Clio vội vàng đi tìm chỗ sạc máy.

Màn hình vừa đỏ lên, liền báo cho cô đến mười hai cuộc gọi nhỡ của Quân. Hèn gì mà máy hết cả pin.

Nhưng, tại sao anh gọi cho cô gấp thế? Chế độ điện thoại của cô, anh cũng biết, không có thanh có tiếng, chỉ rung một cái rồi tắt, rất dễ nhỡ cuộc gọi. Clio muốn gọi lại cho anh ngay, nhưng máy vẫn chưa đủ điện.

Gọi bằng máy bàn gần đó, thì anh không bắt máy.

Clio nôn nao, cô đợi mãi, cuối cùng cũng có chút điện trong điện thoại mình, liền gọi ngay cho anh. Máy bận.

Gọi đi gọi lại vẫn cứ là máy bận.

Cô gọi điện đến nhà anh.

Bác Hoa nghe máy, cô nghe thấy bác nói với cô rằng, "Cậu Quân vừa mới ra sân bay, đi Hà Nội gấp."

"Để làm gì vậy ạ?"

Ngồi trên máy bay rồi, Quân lại gọi điện cho Clio, vẫn không có tín hiệu. Chẳng nhẽ cô thực sự không muốn nghe điện thoại của anh? Hay là, cô đã biết được điều gì rồi?

Cô... Anh muốn gặp được cô trước khi đi, nhưng chuyến bay quá sát giờ. Lúc này rồi đây, máy cô không phải là không liên lạc được, mà là đang bận.

Gọi đi gọi lại vẫn là đang bận máy.

Tiếp viên hàng không dạo qua dạo lại, bắt đầu mở lời nhắc nhở anh. Quân mỉm cười cầu hòa – dĩ nhiên cô ấy mềm lòng ngay, anh cho điện thoại vào túi rồi sau đó lại... mở ra.

"Sophie?"

"Mathieu. Anh đã đến đâu rồi hả Mathieu?"

"Anh sắp đến rồi, Soph, em sao rồi? Vẫn cơn đau co thắt sao?"

"Mathieu... là báo động giả, em hết đau rồi."

Quân ngẩn ra. "Vậy là tốt rồi," anh thở ra một hơi, "em đừng chạy lung tung, anh sẽ đến đón em ngay."

"Em biết rồi." Sophie đáp lời mới ngoan ngoãn làm sao.

Quân thả đầu xuống gối. Anh mệt mỏi rã rời, chẳng khác nào tên tù nhân trốn chạy. Nếu Sophie là cô gái biết ngoan ngoãn nghe lời thì đâu có nhiều chuyện như vậy.

Bên ngoài cửa sổ, những đốm sáng của đường băng đang hiện ra, máy bay đã sắp hạ cánh rồi.

Quân mở điện thoại, gọi cho Clio lần nữa. Vẫn là máy bận.

Clio gấp điện thoại lại, cô quyết định không gọi nữa. Nếu cô gọi cho anh, mà anh cũng đang gọi cho cô thì biết làm thế nào. Cô gập máy, quyết định đợi anh gọi.

Có tiếng gõ cửa phòng, chị Otec đẩy cửa vào sau tiếng đồng ý của cô.

"Sao thế?" Chị hỏi.

Clio lắc đầu. "Anh Quân đi Hà Nội rồi, không hiểu là có chuyện gì gấp nữa."

"Quân? Đi Hà Nội ư? Em xác định là đi Hà Nội, không phải là về Pháp chứ?"

Clio ngẩn ra. "Không, không thể đâu ạ. Nếu như vậy anh ấy chắc chắn sẽ nói trước với em một tiếng." Clio nói chắc chắn. "Không thể như thế được đâu. Chị à, chị sao vậy?"

"Chị không sao đâu, Clio. Em..."

Điện thoại khẽ rung nhẹ, sự xúc động mạnh mẽ khiến Clio vội vàng mở ra.

Trong đó có một tin nhắn của anh.

Anh co viec phai di Ha Noi, chung ta gap nhau sau.

Clio, du the nao cung hay tin anh.

Ơtec nói, "Clio, có một việc không thể giấu em được."

Sophie đón anh bằng một cuộc chuyển máy.

Quân đón lấy tai nghe, đoán được chín phần ai ở đầu bên kia.

"Mathieu," giáo sư Renoir nói, "cậu đây rồi."

"Vâng, thưa thầy." Quân đáp lời.

Sophie nằm trên giường bệnh cá nhân, nhìn anh bước ra ngoài khi nói chuyện với bố.

Mathieu thực sự quá đẹp trai. Cô mơ mộng.

Cô nghe loáng thoáng thấy anh nói với bố rằng, "Vâng, con biết, con sẽ chăm sóc cô ấy cẩn thận."

Bởi vậy cô mới chọn anh, Mathieu trông vậy thôi,

nhưng đã quyết định thì rất có trách nhiệm. Vỗ lên mặt bụng mình, cô cảm thấy thoải mái hơn với ý nghĩ phải sinh đứa bé. Sophie rất sợ sẽ sinh khó, bác Éli của cô là viện trưởng một bệnh viện phụ sản, đã khám cho cô. Xương hông của cô không lớn, còn cái thai lại phát triển quá tốt, nên sợ rằng sẽ rất khó sinh.

Cô chỉ muốn mổ, nhưng cả bố và Mathieu đều nói, đứa trẻ sinh mổ rất dễ bị sốc với môi trường, dễ trở thành một vệt mờ trong tâm lý đứa trẻ. Sophie lè lưỡi, cô thực ra không quan tâm lắm đến điều đó. Nhưng nếu để Mathieu phát hiện ra, anh sẽ không thích. Từ khi Mathieu từ Việt Nam trở lại Pháp, anh có vẻ khác lạ, khiến cô không chắc lắm về hành động thế này có gây tác động xấu hay không. Cô rất sợ anh giận.

Nhưng mặc kệ, cô hiểu tính anh, chỉ cần xa một thời gian, khả năng anh thay năm bảy cô bạn gái khác là rất cao. Cô vẫn muốn đi theo anh, quản anh trước còn hơn sau phải hối hận. Phải biết lúc này vóc dáng của cô không còn được lý tưởng.

Sophie lôi từ trong túi cầm tay ra chút đồ trang điểm, trước khi anh quay lại, cô phải xinh đẹp rực rỡ.

"Vâng, thưa bác?"

"Cháu tới chỗ bác được không?" Bác Dung nói.

"Vâng, bác chờ một lát, cháu sẽ sang ngay."

Bác Dung nói, bác muốn đi thăm xung quanh thành phố, những điểm ngày xưa ký ức vẫn còn đậm sâu, thử xem mọi thứ bây giờ đã thay đổi đến thế nào.

Clio nói với bác, thành phố phát triển rất chậm, sự thay đổi hầu như không in dấu gì lên bộ mặt thành phố ngoài những kiến trúc cũ mòn đi theo bao mưa nắng.

"Quân đi gấp quá, chẳng kịp nói gì với bác cả." Bác Dung thở dài. Clio chỉ cười nhẹ an ủi bác. Trong sâu thẳm không biết nếu biết gì... bác sẽ đối xử với cô thế nào. Vào lúc này đây, bác Dung cầm tay cô, hoàn toàn tin tưởng cô chính là con dâu tương lai của bác.

Anh không gọi cho cô từ buổi ấy. *Cho dù thế nào, em cũng hãy tin anh.*

Clio, phải tin anh. Nhất định phải tin anh.

Nhưng... tin điều gì đây? Và tin như thế nào?

Clio tự hỏi. Anh muốn cô tin chuyện gì trong tất cả những chuyện này?

Lúc này đây, nếu cô không hành động gì, cô sẽ mất anh. Đừng nói là tin anh thôi, cô còn phải biết nên tin tưởng thế nào. Ơtec đã ôm lấy cô ngay sau khi chị nói xong với cô tất cả những gì chị biết, những gì có thể giúp cho cô. Chị ấy e rằng đã khóc trước cả cô. Nhưng Clio nghĩ, tất cả những gì cô phải làm lúc này là thật bình tĩnh. Và chọn lựa.

"Anh ấy chắc sẽ sớm liên lạc thôi bác à." Ai chứ Quân tuy có vẻ sống độc lập lắm, nhưng thực ra không bao giờ anh muốn bố mẹ, gia đình mình phải lo lắng. Lần này, chuyện anh không hề nói với bác gái, cô nghi ngờ là không kịp nói, hay là tính toán của chính anh để xử lý trong im lặng?

"Giao à, cháu xem này, cây cầu này khác xưa quá, đây là chỗ ngày xưa bác với ông nhà bác gặp nhau đấy."

Clio nhìn qua cửa sổ xe. Là... nơi này?

"Nhịp cầu này, chính chỗ này, ông ấy đã đi sượt qua bác. Ngày trước phải qua mối lái mới thành duyên vợ chồng, nhưng mà hai bác đã tình cờ gặp nhau ở đây đấy. Cháu biết không, về đến nhà thì nhìn thấy chính cái kẻ vô duyên đụng phải mình ban nãy đang ngồi cùng bà mối trong nhà... Ai mà nghĩ, sẽ sống cùng ông ấy đến mấy chục năm trời chứ!"

Nét mặt bác Dung chợt buồn. Clio lập tức an ủi, sợ bác nhớ đến bác trai rồi lại đau lòng. Không ngờ, bác Dung nói, "Cháu đừng lo, đau buồn là đau buồn, nhưng những kỷ niệm đẹp đẽ trong cuộc đời này thì hiếm có, làm sao có thể dây nước mắt vào chứ?"

Cho dù người đã ra đi rồi, nhưng hình bóng vẫn còn đó, rất kỳ diệu – tình yêu cũng vì thế mà sống mãi.

Bác Dung cười, tự an ủi lòng mình. Mọi vết thương rồi đều phải gắng chữa lành. Clio cũng cười với bác, hai bác cháu cầm tay nhau mà cô miên man trong một suy nghĩ khác hẳn, một nỗi nhung nhớ khác hẳn.

Và, cũng là một nỗi bất hạnh nữa.

Clio chờ anh gọi điện lại. Nhưng Quân không hề gọi.

21

Đừng giấu diếm, tình yêu ạ,
xin đừng giấu diếm em,
dù chỉ để làm em vui trong chốc lát
Niềm vui ấy quá tang thương

Vậy nên, cô tự gọi cho anh.

Hình như đây là lần đầu tiên cô chủ động gọi cho anh. Cô không nói gì nhiều, những điều cô hỏi thăm vô cùng bình thường, nhưng sao anh cảm thấy cô có chút xa lạ. Quân ước gì anh có thể gặp mặt cô.

"Bác Hoa không có ở đó, anh sống ở khách sạn sẽ tốt hơn về biệt thự chứ?" Clio hỏi.

"Anh cũng tự thu xếp được."

Chẳng nhẽ Quân lại trả lời sự thật? Rằng anh muốn quay lại không gian họ từng có những cảm giác khó quên đó? Muốn tin rằng nơi đó vẫn còn hơi thở của cô, của giây phút họ hoàn toàn thuộc về nhau.

Anh ngồi một mình trong căn phòng lạnh lẽo giữa ngôi nhà to lớn, lòng hoang vắng vô cùng.

"Tại sao anh đi gấp thế?" Clio hỏi. "Bác gái nói với em anh đi lo giấy tờ, nhưng bác cũng mơ hồ như em vậy. Rốt cuộc là giấy tờ gì thế hả anh?"

"Anh có chút công việc với luật sư." Quân khẽ trả lời. Anh nhắm mắt, tưởng tượng ra gương mặt đang xa cách anh hàng trăm cây số.

"Vâng, vậy bao giờ anh về H? Bao giờ anh quay lại trường? Em tưởng kỳ nghỉ phép của anh sắp hết?"

"Khoảng sáu tuần nữa anh sẽ về."

"Được, vậy anh có việc gì cần nói với em không?" Cô tiếp tục hỏi.

Quân dừng lại. Trước mặt anh là một số giấy tờ với luật sư, bên cạnh đó là hồ sơ về Sophie. Anh có việc cần nói với cô thật. Nhưng anh không thể nói qua điện thoại.

"Không có gì cả."

"Vậy sao?" Anh nghe thấy cô khẽ cười. "Nếu có gì thì gọi cho em nhé. Tạm biệt anh."

"Khoan đã, Clio."

"Vâng?"

"Anh nhớ em, thực sự rất nhớ em."

"Em biết rồi." Cô nói, lạnh nhạt. Thoáng một giây, rồi anh chỉ còn lại một mình trong căn phòng trống không. Tự nhiên anh nghĩ tới một câu trong một bài hát đã lâu rồi, rằng: *Nếu ngày mai không bao giờ đến, liệu em có biết tôi yêu em nhiều đến nhường nào không?*

Buổi sáng, Quân vào viện thăm Sophie. Cô không muốn ở trong bệnh viện – tất nhiên là thế. Nhưng anh đã thuyết phục cô rằng, như vậy thì an toàn hơn, nhất là khi báo động giả ngày càng nhiều như thế. Cô không nghĩ đến đứa trẻ thì cũng phải nghĩ đến sự an toàn của mình chứ. Ngạc nhiên là Soph lại nghe lời ngay tắp lự. Cô đang học cách nghe lời anh.

Bởi vậy, hàng ngày Quân hầu như đều ở trong viện. Anh đã chờ giáo sư Renoir sang, nhưng ông lại giao toàn bộ sự an toàn của con gái cho anh. Chính điều này tạo

nên áp lực cho Quân, ông ấy đã thể hiện rất rõ lập trường của mình.

Nhưng anh cũng sẽ không nhân nhượng đâu.

"Mathieu? Mathieu?"

Tiếng gọi của Sophie mất dần kiên nhẫn, cuối cùng anh mới để ý tới cô.

Họ đang đi tản bộ dọc theo vườn hoa của bệnh viện. Cô vẫn không tin được chuyện anh không cho cô tới nhà anh trong khi họ có thể thuê bác sĩ riêng, anh chỉ nói: "Đây không phải nước Pháp, không phải nhà em, Soph." Anh không muốn cô đến nghỉ ở biệt thự của anh.

"Anh lại thất thần rồi," Sophie hòn dỗi nói, "em đang hỏi anh, nếu chúng ta làm đám cưới ở Italie thì thế nào?"

"Đám cưới? Sophie, anh đã nói với em rồi. Chuyện này không..."

Quân còn chưa kịp nói xong, đã thấy đôi mắt xanh thiên thần kia ngân ngấn nước mắt. Cảm tạ ngài, Thiên Chúa! Nếu không phải sợ cảnh này, sợ gây áp lực cho cô trước ngày sinh, anh đã mất kiên nhẫn từ lâu rồi.

"Quên đi, Sophie, em hãy tập trung vào sinh đứa bé đi đã, chuyện gì cũng tính sau đi."

"Anh... anh không thể nói không."

"Sophie, sinh đứa bé khỏe mạnh đi, lúc em có thể làm chủ tuyến lệ của mình rồi chúng ta sẽ lại nói chuyện."

Giọng Quân đã để lộ sự mệt mỏi cùng bực tức đến cực độ. Cũng như lúc cô đón anh ở sân bay Roissy hôm đó, anh vừa trở về Pháp theo lời gọi khẩn cấp của giáo sư, chưa kịp hiểu gì thì đã được thông báo anh sẽ trở thành chú rể. Trước đó là thành bố một đứa trẻ.

Sophie đã tự hào nói: "Em đã trốn ở trang trại của bà ngoại ở Bordeaux đến bốn tháng để bố không phát hiện ra cái thai." Và quá muộn để ép cô bỏ nó.

"Em bình tĩnh đi. Nếu không sẽ không tốt cho con em đâu."

"Nó cũng là con anh nữa." Soph nói, giọng chán ghét, rồi cô nở một nụ cười thỏa mãn. "Bố em sẽ không cho anh nói không."

"Em không biết mình đang nói gì, Sophie." Sao anh từng có lúc nhìn thấy cô gái này trông rực rỡ như thiên thần chứ? Gương mặt đó lúc này trở thành nỗi chán ghét nhất của đời anh.

Nó đến. Là cơn giận dữ điên cuồng ngấm ngầm trong anh lúc này đang trào lên. Anh không cố tìm hiểu cơn giận dữ của mình, anh chỉ là không ngừng kềm chế nó, nén chặt nó xuống mỗi khi nó xuất hiện. Anh biết sai trái là ở mình, không phải ở cô, chỉ là anh đang mất dần kiên nhẫn, như níu kéo những hạt cát cuối cùng rơi xuống trước khi bùng nổ. Không, anh sẽ không làm thế, anh vẫn sẽ nâng niu Soph cho đến ngày cô hạ sinh. Tất cả những trói buộc này, như một con hổ bị buộc lại bằng dây thừng, đó là vì anh đang nghĩ đến một phương trời nào đó ở H, một người con gái nào đó đang ngắm hoàng hôn và chờ đợi anh, và tin anh. Rầu rĩ níu anh lại, như ghìm một con ngựa đứt cương, anh choáng váng vì chờ đợi, vì lo lắng, và... tất cả trách nhiệm cùng nghĩa vụ.

Đàn ông rất bội bạc, khi vẻ quyến rũ đáng yêu của người đàn bà mất đi, trước những đòi hỏi, anh ta chỉ muốn rũ bỏ ngay cô ta. Sophie có quyền trách cứ anh.

"Anh đưa em về phòng nghỉ."

Gương mặt anh sắt đá đến mức, Sophie không biết nên nghĩ gì, tiếp tục phụng phịu đáng thương hay là tỏ ra uy quyền với anh vì cô đang mang trong mình cốt nhục mà anh không thể chối bỏ?

Đột ngột bước chân Math dừng lại, Sophie ngẩng lên.

Đó, là một cô gái châu Á, vóc dáng mảnh khảnh như thể gió thổi là bay. Sophie chỉ đánh giá trang phục của cô ta, được cắt may riêng như đa phần người ở đây, chắc không phải nhãn hiệu nổi tiếng. Trang điểm rất tốt, đôi mắt rất mạnh mẽ.

"Anh quen cô ấy sao, Math?"

Quân đã không tin vào mắt mình khi nhìn thấy cô.

Clio ở ngay đây, trong hành lang bệnh viện này, như cô đã luôn đứng đó vậy.

Hơn nữa, cô lại còn mỉm cười. Nụ cười của cô đã thành một nụ cười có thương hiệu hẳn hoi, tức là, không thể qua đó mà đoán được cô đang nghĩ gì, càng không thể biết, cô có thực sự cười hay không.

"Làm sao em lại ở đây?"

"Anh làm em thất vọng quá. Anh nói như không hề mong chờ gì em cả." Cô đáp.

"Clio..." Quân chưa kịp nói, thì Sophie bên cạnh đã không chịu được sự vắng mặt mình trong cuộc đối thoại bằng một ngôn ngữ mà cô không hiểu.

"Math, cô ấy là ai vậy? Y tá mới ư?"

"Soph..."

Clio khẽ cười, cô bước tới gần họ, đưa ra một bàn tay

thon thon. "Chào cô, Sophie, tên tôi là Clio, rất vui được gặp cô." Tiếng Pháp của cô rất tự nhiên, gọi tên Sophie như thể cô đã chuẩn bị từ đầu.

"Chúng ta có quen nhau không?" Sophie ngạc nhiên hỏi.

"Không, không quen. Tôi chỉ quen anh ấy." Clio cười, với người lạ, nụ cười của cô thường nhanh chóng chiếm lấy cảm tình của họ bởi sự dịu dàng mà nó thể hiện. Sophie bị choáng nhẹ, bản năng phụ nữ của cô cho rằng phải thù địch với vẻ đẹp mới xuất hiện, nhưng lại bị thái độ thân thiện giản dị này làm cho mất phương hướng. "Nhưng thế cũng đủ để chúng ta làm quen với nhau."

22

Anh đi đò dọc,

ước ao sông dài

– CA DAO –

Bên trên dòng nước này, phía dưới bầu trời kia, chúng ta liệu có thể cùng nhau đi hết cuộc đời không?

Clio đứng bên bờ hồ, nhìn những cây liễu tán xõa bay loạn trong gió. Quân đưa Sophie vào phòng nghỉ xong, ra ngoài cùng cô. Anh đứng sau cô một quãng.

"Clio, anh xin lỗi."

"Đừng vội xin lỗi em. Cứ hỏi em đi đã, hỏi rằng tại sao em lại đến đây, không phải là anh muốn biết sao?"

Áo khoác đỏ sậm màu phủ lên chiếc váy màu xanh non, dáng người mảnh mai tựa như một đóa hồng bung tỏa sắc đẹp của nó, một kiểu kiêu hãnh nhạy cảm. Cô quay lại, nhìn vào anh.

Vẻ đẹp ấy, trong khung trời buồn bã này, lại thấp thoáng màu cô đơn.

Quân gật đầu.

"Trên danh nghĩa, em được biết là đi thăm chị gái, em sẽ ở nhà Talia. Anh có thể tìm em ở đó, anh biết nhà chị ấy rồi mà." Clio đã nói chuyện một buổi, thảo luận rất kỹ với Calli – cô thực sự nghiêm túc trình bày với chị ấy. Đáng ra cô phải nhận ra điều này từ đầu mới phải. Calli cũng như Ơtec, coi trọng nhất vẫn là hạnh phúc của cô, cho nên nếu cô nghiêm túc nói với chị, thì chị dễ dàng chấp

nhận chuyện này hơn nhiều. Clio cũng nói từ đầu với chị, cô không chạy theo anh, mà đi thăm Talia. "Ngoài ra, em cũng cảm thấy nhớ anh, và nhớ cả lời anh dặn nữa, anh dặn em tin anh."

Cô nhìn thẳng vào anh. Lời của cô đáng ra phải thấp thoáng ý giễu cợt, nhưng gương mặt cô không cười, và ánh mắt cô thì nghiêm túc và xa lạ.

"Em đã hỏi anh rồi, anh có phải có chuyện cần nói với em không."

"Anh đã không muốn nói chuyện đó qua điện thoại." Quân nói. "Anh không có ý định giấu diếm em."

Cô gật đầu.

"Và vì thế mà cuối cùng em cũng biết, chỉ tiếc không phải từ chính anh."

Clio quay lại nhìn anh. Gió trên bờ hồ thổi rất mạnh, khiến tóc và khăn áo cô bay phấp phới, hoảng loạn trong trời chiều.

"Anh đợi em một chút." Clio nói, kéo tóc mình gọn lại qua một bên, quấn lại khăn. "Xong rồi, anh nói đi. Em vẫn muốn nghe tự anh nói."

Quân muốn ôm cô ấy vào lòng. Nhưng làm thế một lần nữa, anh chắc chắn sẽ không thể nói ra được điều gì.

"Clio, em có biết là anh yêu em không?"

Clio nhìn anh nghi hoặc. Gương mặt anh khi nói lời yêu như vậy, không cho cô cảm giác an toàn.

"Em nghĩ thế." Cô gật đầu.

"Anh yêu em." Quân nói, giống như đọc một câu thần chú nâng cao sức mạnh tinh thần cho chính bản thân

mình. "Cho nên anh mong em, dù thế nào, xin em cũng hãy tin anh, có được không?"

"Từ trước đến nay em vẫn tin anh đấy chứ." Clio dịu dàng nói, nhìn anh. "Chỉ có anh nghi ngờ điều đó thôi."

Cô không bị xúc động bởi những lời anh nói, cô vẫn rất bình tĩnh.

"Anh đã mong chúng ta có thể ở bên nhau trọn đời. Cái hôm ta cùng nhau trên cây cầu ở H, anh hoàn toàn thật lòng nghĩ rằng mình có thể mang lại hạnh phúc cho em. Lúc ấy, đáng ra anh định đến nhà em vào buổi chiều, sau đó chúng ta bắt đầu một mối quan hệ vững chắc hơn nhiều." Anh nói, thế nhưng, quá khứ không thành hiện thực thì chỉ còn là điều vô nghĩa. "Hôm đó anh đã được báo phải gọi điện cho giáo sư Renoir, sau đó anh đã đi Pháp."

Chuyện bắt đầu từ lúc này đây.

"Giáo sư Renoir là người đỡ đầu của anh. Ông ấy có một cô con gái, cô con gái duy nhất, tên là Sophie. Cô ấy mang thai, đó là lý do ông ấy gọi anh trở về ngay lập tức." Quân nói. "Sophie, cô ấy quả quyết với ông rằng đó là con của anh."

Quân dừng lại, anh không biết phải tiếp tục nhìn Clio như thế nào.

"Anh nói tiếp đi." Cô nói, thậm chí anh không kịp nhận ra giọng cô có sắc thái gì.

"Bởi vì anh từng quan hệ với cô ấy vào thời điểm đó, nên anh không thể phủ nhận khả năng này. Anh phải chịu trách nhiệm."

Gió thổi ào ạt, Clio phải giữ chặt khăn quàng trên cổ mình.

"Clio?"

"Bao giờ thì cô ấy sinh?" Cô không cười nữa, một nụ cười vào lúc này không thể nào giữ được cô khỏi gượng gạo. Lúc này cô cần phải tập trung sức lực vào tiếp nhận thông tin.

"Bảy tuần nữa."

"Anh sẽ lấy cô ấy?" Gió thật sự là quá mạnh, cứ như muốn xô đổ cô, muốn hất tung cô bay lên trời cao, giống như cô chỉ còn là một dải lụa mỏng manh cố bấu víu lại thôi.

"Không." Anh trả lời. "Anh không thể làm thế được." Anh nói rất nghiêm túc.

"Vậy anh sẽ *chịu trách nhiệm* như thế nào?"

"Cô ấy muốn sinh đứa bé, anh đã tôn trọng quyết định ấy. Nếu xác minh đứa bé đúng là con của anh, vậy anh sẽ chu cấp cho nó tới khi nó trưởng thành, để lại tài sản cho nó."

"Vậy còn giáo sư của anh?"

"Nếu bị ép buộc, anh sẽ bỏ." Quân nói. "Nhưng anh vẫn tin vào sự sáng suốt còn lại của ông ấy."

Chỉ là, trông cô đang run rẩy, anh chỉ mong sao có thể ôm lấy cô. Mà lúc này, chạm nhẹ vào cô anh cũng không thể. Anh đã giấu diếm cô bao lâu? Cho dù cô khinh bỉ anh, anh cũng phải chấp nhận sự thật đó.

"Cô ấy... Sophie bao nhiêu tuổi rồi?"

"Hai mươi ba."

"Vậy mà trông cô ấy trẻ thật. Em cứ sợ anh còn phạm tội với trẻ vị thành niên." Hai mươi ba, còn lớn hơn cô một tuổi.

"Clio?"

"Nếu không có em, anh có lấy cô ấy không?"

Chắc là có, dĩ nhiên là có rồi. Những thông tin cứ chao qua đảo lại trong đầu cô, mãi không hình thành được một ý nghĩ nào trọn vẹn.

"Clio..."

"Xin khoan... đừng chạm vào em." Cô lặng lẽ nói, dù anh hãy còn đứng cách cô một quãng. "Em cần thời gian suy nghĩ."

Quân cảm thấy một cơn lạnh giá ùa vào trong tim.

Nỗi sợ hãi của anh đang thành hình, thành muôn ngàn con dao sắc lẻm, đâm chém vào tim anh.

Đau, cảm giác này thật sự là rất đau.

"Không được, Clio." Quân nói, quả quyết thay những ngày trong quá khứ anh đã chần chừ trước cô. "Cô ấy không phải là người duy nhất anh cần chịu trách nhiệm."

Clio ngẩng đầu lên nhìn anh.

Trước khi cô kịp nghĩ ý anh là gì, anh đã bước đến ôm lấy cô rồi. Tóc, khăn, áo cô thành một mớ lẫn lộn trong cái ôm trùm của anh.

"Tại sao em đến đây không quan trọng, quan trọng là em đã đến rồi. Với anh vậy là đủ. Em hãy cứ suy nghĩ đi, nhưng đừng cấm anh đến gần em."

Mỗi lần ôm cô, Quân đều thấy Clio quá nhỏ bé, gọn lỏn trong lòng anh. Đến nỗi anh lúc nào cũng có cơ sở để sợ

hãi, rằng cô sẽ vụt biến khỏi vòng tay. Đau đớn không phải chỉ có mình anh. Làm sao anh có thể không chạm vào cô?

Clio ở trong lòng anh. Cô đã định tỏ ra mạnh mẽ. Cô đã muốn đứng một mình, nhưng cô bị anh bắt lấy rồi, bị anh ôm trói vào lòng rồi.

Cô nghe thấy anh thì thầm bên tai. "Đừng bỏ anh, xin em."

Vậy là cô dựa hẳn vào anh, đầu cô đặt trên vai anh, bàn tay để không của cô nắm chặt. Cô đánh lên vai anh, trên ngực anh. Quân không tránh, không đỡ, đứng yên cho cô đánh. Cô không nhẹ nhàng, không dịu dàng, cứ thế dùng hết sức lực muốn đập mạnh vào anh. Muốn làm anh đau. Thật thật đau.

Em... phải làm gì để anh không bỏ em đây?

23

Em muốn trao anh cành cây bạc,
một bông hoa trắng bé nhỏ,
và một từ,
từ đó sẽ cho anh
khỏi mọi nỗi khổ nơi sâu thẳm giấc mơ anh,
khỏi nỗi khổ sâu thẳm.

— MAGARET ATWOOD —

Vì hạnh phúc của bản thân mình, của cuộc đời mình, bất kỳ cô gái nào cũng có quyền trở nên tính toán. Mọi mưu đồ không hẳn là đáng trách, chỉ có người không bảo vệ tình yêu của mình mới đáng chê.

Talia nói.

"Ôm chặt lấy chú Ferrari trắng, trói chặt cậu ta lại trong tội lỗi cả đời khó chuộc, em gái chị quả nhiên không phụ sự trông đợi."

Clio không nói không rằng. Cái phút yếu đuối nhất, dại dột nhất mới khiến cô tâm sự tất cả với Tal. Chị gái cô khẽ cười trước thái độ đó.

Bao giờ Clio cũng thù địch với chị, chẳng qua là vì... chị thích nói trái nói khoáy với cô nhất.

"..., Ích kỷ thật. Nhưng ích kỷ không có gì mà không tốt cả. Người ích kỷ ít ra có thể tự lo được cho thân mình."

Chẳng có người chị tốt nào lại khuyên em gái mình sống ích kỷ cả.

"Em không ích kỷ." Clio đáp đầy suy nghĩ. "Em chỉ làm việc đúng đắn thôi, nếu em là nhân vật chính trong câu chuyện này."

Trong tình yêu có chấp nhận mưu mô không? Dù có hay không, Clio vẫn có những kế hoạch, cô không thể buông tay. Talia vỗ tay chào mừng thái độ đó.

"Anh ấy nói, đó là một bữa tiệc, và anh ấy đã say đến nỗi không chắc chắn được điều gì."

"Nếu xét nghiệm ADN thì sẽ biết ngay thôi."

"Đó là giáo sư của anh ấy, Quân sẽ không làm vậy."

"Cậu ta không làm, còn em thì sao nào?"

Clio không trả lời, cô biết Talia cũng không cần nghe. Lấy ra một mảnh vải đỏ, cô thử phác họa một hình thêu cho trẻ con, không biết là nên thêu gì nhỉ?

Quân vẫn đang ở bệnh viện.

Sophie đang ngủ, không hiểu sao gương mặt lúc ngủ hiền lành thế này, khi tỉnh dậy lại là phiền phức lớn như thế. Lỗi là ở anh, cô không đáng bị coi là phiền phức. Cô cũng chỉ như anh, đã sai lầm. Bây giờ anh chỉ đang sửa sai thôi.

Sophie khẽ cựa mình.

"Mathieu?"

"Ừ, anh đây."

Cô nhăn mũi, cười hạnh phúc, nhỏ nhẹ nói. "Hay quá, Mathieu, anh ở đây rồi, và bố em cũng sắp sang đây nữa, em thật hạnh phúc." Cô nói như nói mớ.

"Sao hả Sophie? Em vừa nói gì?"

"Em nói bố em sắp sang đây rồi, anh mau chuẩn bị đón ông ấy đi." Sophie nói nhẹ như không, dụi đầu vào gối, tiếp tục mơ màng ngủ thiếp đi.

Một sai lầm không dễ sửa chút nào.

Sophie không biết tiếng Việt, không thể biết hai

người kia nói chuyện gì. Thế nhưng, từ biểu cảm của hai con người đó, cô cảm thấy câu chuyện không hề bình thường, hơn nữa còn quan hệ trực tiếp đến số phận của cô và con mình.

Mathieu, từ Việt Nam về, anh đã rất lạ rồi, cô cứ tưởng là vì bệnh của bố anh ấy thôi. Không ngờ, ngoài việc túc trực bên cô vì nghĩa vụ, anh vô cùng xa cách, không hề dịu dàng như ngày trước, giống như cô là gánh nặng mà anh bắt buộc phải mang. Anh còn không chịu bàn đến đám cưới giữa họ, nếu cô khóc ầm lên, anh cũng không nhượng bộ. Cô theo anh sang đây, cho dù anh cố che giấu, cô vẫn thấy trong mắt anh... sự chán ghét. Anh chưa từng như thế bao giờ. Mathieu không phải người như vậy.

Rồi lần đầu gặp người kia, cô đã thấy lạ rồi. Lạ không phải ở cô ta, mà ở thái độ của Mathieu. Giữa họ, cô cứ cảm giác hễ ánh mắt người này gặp người kia, thì lộ ra một thứ gì day dứt lắm. Cứ như có... tình yêu tỏa ra giữa họ vậy.

Cô sợ, câu chuyện cô đã sắp xếp chu toàn đến vậy, cố tìm một kết thúc có hậu cho mình, vậy mà tại sao lại có nguy cơ đổ vỡ hiển hiện thế này?

Cô không thể ngồi yên được. Mathieu vừa bước ra ngoài, Sophie đã tỉnh lại, cô nhìn thấy điện thoại của anh ấy. Giống như một con người từ sai lầm này vội vàng trốn chạy sang sai lầm khác, tính toán trong đầu cô đến rất nhanh.

"Chị muốn gặp tôi? Vì sao, Sophie?"

"Tôi có mấy chuyện về Mathieu muốn nói với chị." Sophie trả lời, không quên cười đáp trả Clio.

"Mathieu?"

"Đầu mối quen biết của chúng ta ấy." Sophie khẽ cười.

Clio khẽ gật đầu, cô cũng đoán vậy.

"Clio, chị yêu Mathieu sao?"

Clio cũng biết cô ta sẽ nghĩ vậy. Giác quan của phụ nữ rất nhạy bén, sự xuất hiện của cô hôm đó chắc chắn đã gây nên nghi ngờ. Clio không phủ nhận, cô cố tình sắp xếp như vậy. Cô đã muốn gặp cô ấy, và cũng muốn Sophie biết sự tồn tại của mình.

Không ngờ, Clio còn chưa kịp làm gì, Sophie đã vội vàng muốn gặp cô đến vậy.

"Tôi xin lỗi, Clio. Vừa gặp chị tôi đã nhận ra, chị chắc chắn là bạn gái mới của anh ấy. Trông chị hiền dịu thế là tôi đã quý mến và cảm thấy thương cho chị ngay. Nếu... nếu chị yêu Mathieu thật lòng, vậy chúng ta đều bất hạnh như nhau rồi." Sophie cầm tay Clio.

"Ý chị là gì, chị Renoir?"

"Cứ gọi tôi là Sophie, buổi đầu chị đã gọi tên tôi còn gì!" Sophie nói. "Chẳng nhẽ chị chưa biết, Mathieu đa tình như thế nào? Phụ nữ trót phải lòng anh ấy đều là mạng khổ."

Clio nhã nhặn rụt tay ra khỏi sự thân thiết ấy.

"Sophie, chuyện này..." ...không cần chị phải nghĩ cho tôi.

"Clio, chị thật là may mắn, xinh đẹp như chị, chắc Mathieu cũng thích chị nữa, không như tôi, trong lúc xấu xí thế này, chẳng thể giữ được lòng của anh ấy!"

Lời than vãn của Sophie rất thật, nếu là ngày khác, có

lẽ Clio đã cảm thấy cô đáng thương rồi. Sophie xoa bụng, vẻ mặt phân vân giữa đau khổ tiếc nuối và niềm thỏa mãn khó cãi.

"Nhưng, tôi có thể chịu được, vì tôi hiểu anh ấy. Clio à, tôi chỉ xin chị, tôi không biết tình cảm giữa hai người mặn nồng được mấy ngày, nhưng xin chị thương đứa bé của tôi. Lúc này, tôi cần Mathieu."

"Sophie, đây không phải là điều tôi có thể giúp được chị." Clio ngắt lời. "Quân nhất định sẽ chịu trách nhiệm với chị và đứa bé, nhưng như thế nào, tôi không can thiệp vào quyết định của anh ấy."

"Vậy thì tốt quá, Clio. Chị thật tốt bụng, nếu tôi mời chị làm mẹ đỡ đầu cho đứa bé có được không? Sẽ hay lắm." Clio ngạc nhiên nhìn Sophie, cô tuyệt đối không thấy nó hay ở điểm nào cả. "Chị biết không, chỉ cần Mathieu và tôi kết hôn, chúng tôi sẽ sống cuộc sống hạnh phúc. Bố tôi sẽ ngừng gây áp lực cho anh ấy, giỏi giang như anh ấy còn có sự hậu thuẫn của bố, sẽ rất nhanh chóng thành công..."

"Khoan đã, Sophie. Chị hiểu nhầm tôi rồi." Clio nói. "Xin làm rõ vấn đề, tôi không can thiệp vào quyết định của anh ấy, nhưng tôi sẽ không cản anh ấy vì tôi mà quyết định."

"Chị..."

"Chị cũng đã hiểu lầm nữa. Tôi không phải bạn gái mới của Sophie, tôi là vị hôn thê của anh ấy."

"Không thể nào!" Sophie giật mình. "Cô nói bậy!"

"Chị không tin cũng không sao," Clio nhẹ nhàng nói, "chị đừng quá xúc động, sẽ hại đến đứa trẻ. Tôi thì chẳng

việc gì phải nói dối, nhất là khi chị tin rằng Quân nhất định phải chọn chị."

"Cô... a... cô là đồ nói bậy, nói càn!"

Clio không có ý làm cô ấy tức giận quá như thế, nhưng Sophie đã đột ngột hét lên rồi ôm lấy bụng.

"Sophie, chị sao thế, bình tĩnh, Sophie..."

"Tránh xa tôi ra, tránh xa tôi ra..." Sophie liên tục vùng vẫy, bàn tay Clio đưa ra bị hất lại. Thật không ngờ người con gái vừa nhỏ nhẹ nói chuyện, lập tức có thể rít gào hoảng loạn như vậy. Clio muốn gọi y tá làm cô ấy bình tĩnh, nhưng chưa kịp làm gì thì đã thấy đầu mình nhói đau.

Sophie hất cô qua một bên, quăng vào cô chiếc cốc bên cạnh giường. Clio cảm thấy nhoi nhói, đưa tay sờ lên, cô nhận thấy một thứ dịch âm ấm vừa trào ra, cô vừa chạm phải máu? Clio không dám kiểm tra.

"Cô là đồ nói bậy, nói láo!" Sophie chưa dứt lời thì cánh cửa đã bật mở.

"Chuyện gì vậy?"

"Mathieu, Mathieu, cô ta nói bậy nói bạ... Ôi Mathieu, em đau quá."

Clio giật mình nhìn Quân vừa xuất hiện, anh lập tức chạy đến chỗ Sophie.

Vu khống.

"Em làm sao vậy?"

"Bụng em, bụng em đau..." Sophie vừa khóc vừa nói, biết đây là một cơ hội tốt. "Mathieu, là cô ấy, cô ấy đánh em... a a a..."

Quân không kịp nhìn sang Clio, anh giữ lấy tay Sophie.

"Em đã nói em không muốn chấp, không muốn cãi nhau, nhưng cô ấy cứ lao vào em..."

"Nằm yên nào, yên nào Sophie, anh biết rồi, em ngoan nào, em bình tĩnh đi anh xem nào? Đau lắm không? Anh gọi bác sĩ." Sophie gật đầu, dần nằm yên lại. "Bình tĩnh nào?"

Nhưng Sophie nhất định không thể để yên cho cơ hội tuột đi. Cô khóc lóc thảm thiết.

Số lượng nước mắt cũng đủ cho kịch gia đại tài như Clio ngán ngẩm.

"Mathieu, mau đuổi cô ấy đi. Em không nói gì, cô ta tự nhiên hung dữ với em, anh mau đuổi cô ấy đi. A, em đau quá."

"Yên nào, Soph, bác sĩ tới rồi." Anh bấm chuông rồi, y tá lập tức chạy vào, sau đó là bác sĩ. Tâm điểm là một cô gái gào khóc. Trong cái khung cảnh náo nhiệt ấy, Clio vẫn chưa rời đi.

Clio lặng yên. Đáng ra cô đi là được rồi, lần này cô đã là vai phản diện trong phim sống cảnh sống, không thể chối cãi được. Thế mà cô cứ đứng yên, một mặt cắm chặt móng tay vào da mình, mặt khác cũng không biết phải làm gì hơn. Cô xé lấy mấy tờ khăn giấy, giữ lên vết thương.

Khi Quân quay sang nhìn cô, lệ trên má Clio kịp khô rồi.

Cô muốn nói gì với anh, nhưng Quân không để cô kịp nói, để Sophie lại với bác sĩ, anh cầm lấy tay Clio vội kéo cô ra ngoài.

24

Em muốn là không khí
tràn lấp anh
trong khoảnh khắc duy nhất.
Em muốn là những gì
anh không nhận ra,
nhưng anh cần đến.

— MAGARET ATWOOD —

Clio cảm thấy có nhu cầu muốn giải thích.

Anh cứ nắm tay cô đi như chạy. Cô không nhìn thấy mặt anh, cô không biết anh tin vào lời Sophie đến mức nào, anh đang tức giận đến mức nào.

Cô sai rồi, đáng ra không nên nói với Sophie như vậy, hay từ đầu cô không nên đến đây.

Hiệp này, chưa đấu đã bại sao? Chỉ trách đối thủ ra tay quá nhanh.

"Quân, em..."

"Đừng nói chuyện." Quân nói gay gắt. Bước chân anh vội vã đến nỗi cô sợ không theo kịp, chưa gì đã bị anh đẩy vào một căn phòng nhỏ.

Trong phòng có mấy chiếc giường, Quân đẩy cô ngồi xuống.

"Quân..."

"Im lặng, Clio." Quân bảo, anh vội vã mở mấy cánh cửa tủ. Ban đầu Clio còn không hiểu anh gấp gáp làm gì, cho đến khi anh lôi ra một chiếc hộp y tế, cô mới giật mình.

Anh...

"Em ngồi yên đã." Quân đến bên cạnh cô. "Nhắm mắt, đừng tưởng tượng gì, hơi rát một chút."

Cô, đã đợi anh trách cô.

Bàn tay anh rất thành thạo, thao tác rất nhanh trên trán cô, nhanh nhẹn và cẩn trọng. Clio nhắm mắt như lời anh bảo, cảm thấy từng tác động một, dù rất nhẹ nhàng của anh.

Cái anh nhìn thấy, hóa ra chỉ là vết thương trên trán cô. Vết thương bé bỏng không là gì so với cái rát bỏng nhức nhối trong lòng cô.

"Clio, em sao thế? Còn đau ở đâu?"

Quân hoảng hốt. Anh phát giác giọt nước mắt lặng lẽ chảy trên má cô.

"Clio, em đau sao? Anh làm em đau sao?" Anh sợ hãi hỏi. Cô nhìn thấy máu rồi? Cô bị đau? Cô ốm?

"Clio, Clio?"

"Em không sao." Clio chậm rãi trả lời, khẽ mở mắt ra nhìn anh.

Hóa ra là vậy. Một ngày nào đó, bạn mở mắt ra, tưởng đã trải qua giấc ngủ trăm năm, để rồi nhìn thấy một ai đó. Giọt nước mắt của công chúa khẽ rơi, có lẽ không phải do chàng quá đẹp trai, hay quá mạnh mẽ – trong cái choáng váng đầu tiên qua giấc ngủ dài, nàng còn lóa mắt đâu đã kịp thấy được gì, thế mà đã kịp yêu một người – mà có lẽ, là do sự dịu dàng vẫn còn vương hơi ấm trên môi nàng.

Cô cảm nhận được rồi, cái mằn mặn của giọt nước mắt ấy.

Được một ai đó quan tâm, tin tưởng thì sẽ chẳng còn gì quan trọng nữa cả.

"Đau không?" Quân nhìn cô, đau xót hỏi. "Anh xin lỗi. Tính tình của Sophie lúc này không ổn định." Vừa nhìn vào, anh đã biết là ai hung dữ với ai rồi.

"Không phải, là tại em chọc giận cô ấy." Clio vội nói. "Là em đã làm cô ấy đau, thật sự!"

"Cô ấy chỉ giả vờ thôi, nhìn trong mắt cô ấy là anh biết." Quân nói, anh đã có kinh nghiệm rồi.

"Anh tin em?"

Cô là một đứa đang ôm mưu đồ, nhưng anh sẽ không biết điều đó. Anh chỉ biết có tin cô thôi. Cho dù tình huống thế nào anh cũng cứ tin cô trước.

Quân gật đầu. Clio ôm lấy tay anh.

"Em sợ anh không tin em? Làm sao anh có thể không tin em chứ!" Đối với anh, cô là người đã rộng lượng chấp nhận chuyện này, bình tĩnh đến thế, làm sao anh lại nghi ngờ cô cũng trẻ con như Sophie được.

"Không phải," Clio đáp, "em sợ anh nhầm lẫn."

"Nhưng, Clio, tại sao em lại đến đây?" Chuyện này đã bảo là để anh giải quyết rồi cơ mà.

"Cô ấy gọi em. Quân, cúc áo anh sắp rơi rồi kìa!" Quân nhìn xuống cổ tay, hạt cúc đã sắp rời ra, anh chưa kịp đưa tay giật lấy thì Clio đã mau lẹ cầm trước. "Để em."

"Sao?"

Clio lấy ra trong túi xách một cây kim nhỏ, bắt đầu xỏ chỉ. Quân im lặng nhìn cô, Clio chăm chú dồn tâm trí lên chiếc cúc áo nho nhỏ của anh. Trong lòng anh, cảm giác được một thứ ấm áp không gì bì được.

Anh từng biết mà, cô là thục nữ được đào tạo bài bản. Chỉ phút chốc, cúc áo đã được đính xong.

"Đi đâu cũng mang theo kim chỉ?" Anh khẽ cười hỏi cô.

Clio không đáp, cô đưa cổ tay anh lên, hàm răng ngọc

khẽ mở, cắn nhẹ sợi chỉ rời ra. Mới chỉ nhìn môi cô suýt nữa chạm vào cổ áo, Quân đã rùng mình, gần như rên lên được.

Người con gái dịu dàng thế này, mỗi động tác dù nhỏ nhất cũng khiến anh xao xuyến. Và phản ứng như một cậu học trò.

Clio ngước lên nhìn anh, nụ cười trong sáng nơi đáy mắt. "Xin lỗi, em quên mang kéo cắt chỉ r..."

Lời của cô bị ngắt ngang. Anh đưa tay đặt lên gáy cô. Kéo cô lại gần, Quân hôn cô.

Thêu thùa và việc níu giữ trái tim một người đàn ông có những điểm tương tự nhau.

Từng mũi thêu đều đặn, chính xác, dịu dàng xuyên thấu trái tim, tạo nên những hình hài đẹp đẽ cho tình yêu của họ – từng sợi chỉ quyện lại làm màu sắc nổi bật lên, mãi mãi không thể nào chia cắt, phai mờ.

Một người phụ nữ dễ yêu người đàn ông mình lấy hơn là lấy được người đàn ông mà mình yêu. Bởi vì, đem hết tâm ý ra chăm sóc cho một người, dù một hành động nhỏ như một chiếc cúc áo, cũng sẽ là khắc cốt ghi tâm.

Mỗi người phụ nữ ở trước mặt người đàn ông mình yêu, tỏ ra yêu kiều, tỏ ra đáng yêu, muốn níu giữ trái tim người ấy, cũng là thể hiện tình yêu của mình.

"Anh biết rồi." Quân nói, lời lưu luyến trên vành môi. "Là ma dược."

"Ma dược là gì?" Cô thì thầm vấn vương.

"Là em đã cho anh uống ma dược, không thể giải được."

Bùi Việt Quân, chúc mừng anh trúng số độc đắc, kẻ mưu toan thế này đã đem lòng yêu anh rồi, tự nhiên sẽ không đơn thuần mà thả ra. Mỗi ngày mỗi ngày, sẽ dùng những cử chỉ từ nhỏ nhất, thêu tình yêu của em vào trái tim anh. Anh muốn thoát cũng không được.

Clio khẽ cười, nụ cười của La Jôcông.

"Quân?"

"Ừ?"

"Sophie cô ấy nói, bố cô ấy đang gây áp lực cho anh?"

Quân từng sống phóng khoáng, tuy vậy anh có nguyên tắc của mình. Đứng đầu trong số đó là khoanh vùng phạm vi phóng khoáng của mình, tự do có khuôn khổ. Ngoài việc luôn có bảo hiểm phòng tránh những việc như hôm nay, anh không bao giờ để chuyện tình lăng nhăng đến quanh phạm vi trường đại học và bệnh viện. Trong đó bao gồm cả Sophie.

Anh biết, Sophie chính là một điểm đen nguy hiểm, không nên dây vào. Tất cả những gì xảy ra chỉ có thể giải thích bằng một chữ say.

Quân hôn lên đỉnh đầu Clio.

"Việc đó anh có thể đương đầu được." Nếu có trách, hãy trách trước đây anh dùng cách đỡ đầu này để giữ chỗ cho mình, nhưng cho dù không có ông ấy, anh cũng không để mình bị hất ra đâu.

"Có thể bị đuổi học không?"

"Cái đó khó có khả năng. Em đừng lo, Sophie không thể một tay che trời đâu, vẫn còn chán vạn lối đi mà."

"Quân, có bao giờ anh nghĩ Sophie đã nói dối không?"

"Ý em là sao, Clio?"

Clio khẽ mơn tay trên cổ áo anh.

"Em chỉ chợt nghĩ vậy thôi."

Quân giữ lấy mấy ngón tay của cô trong tay mình. Anh chỉ muốn ngắm chúng mãi thôi.

Anh không phải chưa từng nghi ngờ, cũng không phải là không điều tra. Nhưng việc này nếu không làm khéo léo, hậu quả có thể tồi tệ. Cho dù nói gì, đứa trẻ không phải không có khả năng là con anh.

Trước những sự lựa chọn, anh tỏ ra dễ dàng đến mức, cô gần như không thể biết được tất cả đã nặng nề với anh như thế nào. Cô tưởng anh không nghĩ đến ư? Anh đã nghĩ đi nghĩ lại tìm lối thoát, nhưng anh nhận ra, vốn không có con đường tránh nào toàn vẹn cả.

Lồng bàn tay họ vào nhau, anh nghĩ hiếm khi nào một người đàn ông và một người đàn bà có thể gần gũi đến mức ấy, tựa như linh hồn nối linh hồn, chỉ bằng những ngón tay đan vào nhau. Cô đang bao dung anh, bao dung điều mà không ai khác có thể tha thứ cho anh. Hiểu nỗi đau mà cô cảm nhận, và điều cô nghĩ đến, điều đó có sức phá hủy, ăn mòn anh như axít. Anh có thể chịu đau đớn một mình, anh nghĩ như con báo bị nhốt trong chuồng cũi, nổi điên vì phải chờ đợi còn hơn để cô nếm phải dù chỉ một chút điều khó khăn này. Nhưng mỗi một giờ anh xa cô, mỗi một giờ qua đi mà họ không đứng cùng một phía sẽ khoét sâu hơn vào vết thương từ cả hai bên. Họ phải ở bên nhau. Và anh sẽ giải quyết chuyện này, cho dù có mất đi tất cả đi chăng nữa.

Gắn tay mình trong tay cô, anh tự đặt một lời thề nghiêm khắc đối với bản thân mình.

25

Mỗi con người
có một cuộc đời riêng
Một lựa chọn riêng
những giá trị trong đời

gười đó là giáo sư Renoir?

Clio dựa vào Quân, tay anh đang vòng quanh eo cô khi họ nhìn thấy ông ấy.

Quân tiến lên một bước, không rời khỏi người anh yêu khi chào thầy mình.

"Mathieu?"

"Cô ấy là vợ chưa cưới của em, thưa giáo sư."

Clio cẩn thận quan sát biểu hiện của ông ấy. Người đàn ông có bộ râu trắng rậm rạp ôm lấy quai hàm, trông ông giống ông già Noel ngoài tưởng tượng của cô.

"Tốt lắm." Ông nói bằng giọng chẳng-tốt-tí-nào. "Mathieu, chúng ta cần nói chuyện."

Giọng nói của ông ta đục, trầm hùng, giọng nói của một người rất thuyết phục khi quả quyết, một người thành công trên đường sự nghiệp. Trang phục gọn ghẽ và khô khan, cách đi giày chuẩn mực và bàn tay nắm kiên định. Hèn gì thông tin của cô cho biết về những thành công của ông trên lĩnh vực học thuật rất vang dội.

Quân nghiêng đầu sang Clio, anh nói, "Em đợi anh ở bên ngoài."

Nụ cười của anh nghiêm trang không cho phép cô từ chối.

Clio cũng không nán lại, cô cũng có người cần quan tâm đến.

Giáo sư Renoir không đi một mình. Trùng hợp thật, đó lại chính là người mà cô đang tìm hiểu, cháu họ của giáo sư – Remigio. Thiên đường có lối không đi, địa ngục không cửa lại cứ xông vào là thế này đây. Clio không cần biết tại sao anh ta lại theo giáo sư sang đây, nhưng cô muốn tìm gặp tận mặt cũng chính là anh ta.

"Chào cô, tôi là Remigio Jammes." Anh ta nói, giọng nói khiến người ta nhanh chóng liên tưởng đến Henry.

"Chào anh, tôi là Clio."

"Cô là vợ chưa cưới của Mathieu thật ư?" Clio gật đầu, Remigio nói, "Thật không thể tin được."

Tin hay không là quyền của anh ta thôi. Clio không có ý can thiệp.

"Họ sẽ nói chuyện lâu đấy, anh Jammes, anh có muốn đi thăm Sophie trước không?"

"Sophie?" Remigio nói. "Không, cô ấy sẽ không muốn gặp tôi đâu."

Vậy anh còn sang đây làm gì chứ! Clio tự nghĩ. "Có chuyện không vui sao?"

Remigio lắc đầu. "Không không, cô ấy vốn không ưa tôi, nên không chào đón tôi mà thôi."

"Chứ không phải anh sợ phải chịu trách nhiệm cho đứa bé đấy chứ?"

Cười duyên dáng, Clio chớp mắt, hỏi anh ta.

Xin lỗi, trước những việc quan trọng, khái niệm lịch sự của cô tự có khả năng nới rộng ra, đi thẳng vào vấn đề một cách thẳng thắn.

Remigio cười khan không có chút thuyết phục nào. "Cô nói gì thế, Clio, tôi không hiểu."

"Chúng ta đi đâu đó uống trà đi, anh Jammes." Cô mỉm cười. Ánh mắt Clio lấp lánh như sao.

Ờ, nếu có ai hỏi, Remigio sẽ đáp, rằng chỉ bằng phút này thôi, anh ta cũng hiểu tại sao Mathieu lại yêu cô gái này. Thế nhưng, thật kinh sợ, anh có cảm giác vẻ đẹp đó khá là nguy hiểm.

Đối với một người đàn ông, thứ mà người đời dùng để đánh giá thành công của anh ta, đó là sự nghiệp. Đối với phụ nữ, thì đó là hôn nhân. Một người đàn ông vì sự nghiệp mà bỏ qua hôn nhân thì được coi là biết tham vọng, một người không thể hy sinh hôn nhân làm bàn đạp cho sự nghiệp sẽ bị coi là ngu ngốc, dại dột, thiếu chí tiến thủ, không đáng mặt. Cho nên, một khi giữa hôn nhân và sự nghiệp xảy ra xung đột lợi ích, sự lựa chọn trở nên cực kỳ gay gắt, phản ánh tầm nhìn của anh ta.

"Mathieu, ý cậu là gì khi bảo cậu sẽ không lấy con bé? Sophie chỉ còn bao nhiêu ngày nữa thì sẽ sinh con trai cho cậu?"

"Em đã nói rõ với thầy rồi. Giáo sư, em sẽ không lấy Sophie."

"Mathieu, tôi không ngờ cậu không chỉ vô trách nhiệm mà còn nông cạn như vậy. Cậu đáng ra không nên làm tôi thất vọng."

Quân ngẩng đầu nhìn giáo sư Renoir. Thử đoán xem, vị trí trợ lý của ông ấy, sau đó là sự thăng tiến trong khoảng

vài chục năm, đường đời rộng mở thênh thang, có đáng để anh suy nghĩ không? Dĩ nhiên là đáng, nếu không mười năm qua anh đã không phấn đấu ở bên ông ấy, gắng sức nhiều như vậy. Anh cũng có tham vọng chứ, chỉ không thể vì nó mà mờ mắt thôi.

Anh chấp nhận bị gọi là nông cạn.

"Thưa thầy, em vẫn muốn tiếp tục ở bên thầy, nhưng nếu thầy không chấp nhận, em không còn cách nào khác. Em cảm ơn thầy nhiều vì những giúp đỡ trong suốt mấy năm qua."

"Mathieu!"

"Đương nhiên em cũng đã suy nghĩ về những gì thầy nói, rằng sẽ không có bệnh viện hay trường đại học nào ở Pháp nhận em. Em chắc thầy cũng biết, em muốn sau khi kết thúc công trình nghiên cứu với thầy, em sẽ trở về Việt Nam công tác, việc này sẽ không cần thầy lo lắng. Không thể cùng thầy hoàn thành nghiên cứu, đó là điều đáng tiếc nhất của em."

"Mathieu, ý cậu là tôi ép cậu cũng vô ích chứ gì? Cậu đang phạm sai lầm đáng tiếc đấy." Giáo sư Renoir nói, nhìn cậu học trò vàng của mình. Cậu ta muốn về nước công tác, ông đã muốn giữ lại bằng nhiều cách. Gặp chuyện lần này, những tưởng mọi chuyện sẽ giải quyết êm xuôi, không ngờ cậu ta lại giở chứng cương quyết, nặng nhẹ đều không muốn nghe theo. Thậm chí còn đem công trình nghiên cứu của họ ra đánh cuộc! "Về nước, cậu sẽ không thể có được trang thiết bị như ở viện nghiên cứu của tôi. Cậu sẽ không thể tiếp tục nghiên cứu với điều kiện của một đất

nước đang phát triển... như thế, gia sản tích góp sau khi lưu vong của nhà cậu so với việc này chỉ là muối bỏ biển. Mathieu, cậu đang lãng phí khả năng của chính mình. Một người đàn ông phải biết tham vọng, một nhà khoa học cần phải biết cống hiến, một bác sĩ phải biết lấy y học làm mục đích quan trọng nhất, có ý nghĩa suốt đời."

"Thưa thầy!" Quân nói, đừng bảo anh không hề suy nghĩ về việc đó. Anh cũng đã muốn hoàn thành công trình nghiên cứu đang dang dở. Nhưng đặt hai việc này ra để lựa chọn, anh không thể vì thế mà bị ép buộc.

Hơn nữa, trở về Việt Nam không chỉ là ước nguyện của mình anh. Việc về nước – cống hiến cho dân tộc mình – đối với anh đã trở thành cái gì đó tất yếu, mục đích được nhắc đi nhắc lại bởi bố anh, suốt từ lúc anh mới chào đời trên đất khách quê người. Thực hiện ước nguyện mà bố đã không làm được, với anh, không phải là một sự hy sinh hay ép buộc, nó là sự truyền lại một tình yêu đối với một mảnh đất thực sự gắn bó máu thịt. Anh cũng sẽ không để lại một mình mẹ sống những ngày cuối cùng ở H cô đơn không con cái, bè bạn.

"Không, đừng nói nữa Mathieu. Tôi đã sai khi vội nói cậu phải lấy Sophie. Tôi đã không giải thích cho cậu hiểu vấn đề. Đừng bốc đồng, đừng nghĩ mình bị ép buộc và nổi máu kiêu hãnh của tuổi trẻ. Tôi có thể giúp cậu, chứ không mua chuộc cậu." Giáo sư Renoir đi vòng qua chiếc bàn dài, đi đến vỗ vai người học trò cưng đang đối diện ông. "Từ chối tôi, cậu sẽ bỏ lỡ cả thành công đang đến trong tầm tay, cả công sức trong quá khứ, cả vinh quang

trong tương lai và chỗ đứng ở hiện tại. Tôi không muốn làm thế với cậu. Tôi mến cậu, tôi yêu quý sự thông minh và tài năng của cậu trong công việc. Mathieu, Sophie cũng là một cô gái tốt, đó sẽ là một sự lựa chọn đúng đắn. Cậu nên làm thế."

Giáo sư Renoir không chỉ là một bác sĩ giỏi, một nhà nghiên cứu thành công, ông còn là một người thầy có tố chất của một nhà hùng biện. Đôi mắt ông sáng lên khi đưa ra những lý lẽ của mình, giọng nói hùng hồn thuyết phục với những lời khuyên răn nhẹ nhàng và thân tín như cha mẹ với con cái vậy.

"Mathieu, đừng nóng vội, lặng yên nghe tôi nói. Tôi đang nói chuyện với cậu không phải bằng lời của người trên, mà chỉ bằng lời một người đi trước. Cậu đang có những suy nghĩ mới mẻ về cuộc sống. Có thể cậu tin cậu đã yêu và có lựa chọn đúng đắn về việc ấy, nhưng cậu phải sáng hơn nữa, trưởng thành hơn nữa, nhận thức được cái gì là quan trọng. Không, tôi biết cậu đang cảm giác gì, tôi cũng có thời như cậu, tôi yêu vài cô gái, cho rằng mình nhìn thấy hạnh phúc cuộc đời và mọi khát vọng đều nhường bước cho mối tình trước mắt. Nhưng cậu đang sai đấy, rồi một ngày cậu nhận ra, đối với một người đàn ông, một người phụ nữ đẹp chưa chắc đã là một thành công, mà là một người phụ nữ chia sẻ thành công với mình."

"Không, thưa thầy." Quân lắng nghe ông, anh phản bác vì anh đã lắng nghe chứ không phải chỉ vì sự thôi thúc muốn phản bác cảm tính. "Xin thầy để em nói đã. Mười năm qua, từ ngày bước chân vào trường, giành được giải

thưởng và bắt đầu được thầy chú ý đến, em vô cùng cảm ơn thầy và không nghi ngờ gì về những lời thầy chỉ bảo, nhưng trong sự lựa chọn này, em cũng đã suy nghĩ rất nhiều, một cách nghiêm túc và đau khổ muốn từ bỏ để chọn cái vinh quang mà thầy nói."

"Và cậu đã nghĩ chưa thấu suốt." Dẫn đến một lựa chọn tai hại.

"Không, em đã nghĩ thông thưa thầy." Quân phủ định. "Em thấy mình không có tố chất của một người thành công như thầy nói."

Bàn tay vẫn để trên vai anh, từ nãy giờ chưa hề buông ra, cứng lại trong tích tắc.

Giáo sư Renoir trở lại ghế ngồi.

"Quân, khi cậu nghĩ về những chọn lựa đó, cậu có hiểu tại sao tôi phải ép cậu không?"

Ông nói, lưng dựa vào ghế ngồi, dáng vẻ đầy mệt mỏi.

"Tôi cũng là một người cha, tôi chỉ mong con gái mình hạnh phúc. Cậu sẽ đem lại hạnh phúc cho nó. Cậu là người tôi yêu quý nhất, đã tin tưởng nhất. Khi tôi muốn giới thiệu Sophie cho cậu cách đây mấy năm, cậu đã từ chối, nói với tôi cậu quá trẻ và không muốn ràng buộc. Cậu nói cậu tôn trọng tôi – thầy cậu, nên từ chối sự hâm mộ đơn phương của con bé. Thế mà hôm nay, bây giờ cậu đã làm gì? Là tôi ép cậu, hay là cậu đã ép tôi?"

Quân không nói gì, anh không thể bào chữa cho cái sai của mình, cho dù đó chỉ là một tai nạn mà anh hầu như không nhớ nổi.

"Gia đình chúng tôi cũng có truyền thống, cậu khiến

con gái tôi chưa lấy chồng đã sinh con, nó sẽ trở thành nỗi ô nhục của tôi chứ không phải cậu. Nó sẽ không thể tổ chức một đám cưới lừng lẫy trước khi sinh con. Tiếng tăm đó còn chưa đủ, bây giờ cậu còn muốn nó làm một bà mẹ đơn thân cho một đứa trẻ vô thừa nhận? Mathieu, cậu nói đi, cậu lựa chọn nhưng có nghĩ đến tương lai của Sophie không?"

"Về việc này, em có lỗi với Sophie. Nhưng thưa thầy, khi thầy nghĩ đến muốn em và cô ấy kết hôn, thầy có nghĩ cho hạnh phúc trong cái tương lai ấy của Sophie chưa ạ?" Quân đáp lời. "Em xin lỗi, lấy em, cô ấy sẽ không hạnh phúc."

Chúng ta trở về với những lý lẽ nguyên thủy và tự nhiên nhất. Khi một người đàn ông lấy một người đàn bà, anh ta có nghĩa vụ làm cho cô ta hạnh phúc thực sự, chứ không phải khoác lên một màn hào quang đẹp đẽ được dệt bằng những sợi sa tanh mềm mịn và óng ánh của danh tiếng mỏng manh.

Anh đã suy nghĩ nhiều, phân vân nhiều, nhưng tình yêu đã giúp Quân nhìn rõ vấn đề. Nó là một sự thật giản đơn, không đẹp đẽ nhưng dễ chịu. Hôn nhân của anh phải là hôn nhân hạnh phúc, cuộc hôn nhân chỉ đến vì tình yêu chứ không xuất phát từ thúc ép của nghĩa vụ.

Bất giác, trong cuộc nói chuyện căng thẳng này, Quân nhớ đến Clio, môi anh mềm lại để được thì thầm tên cô trong hơi thở của mình, trí óc anh giãn ra khi nhớ đến cô ấy.

"Sophie yêu cậu."

"Không, thưa thầy, cô ấy không yêu em. Thầy biết cô ấy yêu người khác, cô ấy cũng biết. Trong việc này, em không có quyền nói mình là con tốt thế. Nhưng em biết cô ấy cũng không yêu em. Em và cô ấy không phải là công thức hạnh phúc của nhau."

Trong khi Quân nói, giáo sư khẽ cau mày, rồi mắt ông mở lớn, đồng tử hấp háy, muốn nói gì mà không nói được.

"Cậu nói bậy! Sophie nó còn nhỏ tuổi, yêu ai chứ? Cậu thì biết gì!"

26

Tình yêu là một điều kỳ diệu
Con người coi đó như
phương thuốc vạn năng
Là sự biện hộ trước mọi trái ngang

Sophie nằm yên trên giường, cô đã sắp đến kỳ sinh rồi, không thể nhấc nổi nữa, cứ thế mà nằm lì. Mathieu thuê riêng hai y tá thay nhau túc trực để chăm sóc và thoả mãn mỗi yêu cầu của cô.

Thế nhưng, cô vẫn cảm thấy nhàm chán điên lên được. Cô hối hận rồi, nếu cứ ở nhà, cô đã có vú nuôi chăm sóc rồi! Chỉ có người với lòng yêu thương, mới có thể tận tình chăm sóc mình được tốt nhất.

Chiếc ti vi trước mặt liên tục đổi kênh. Khi cô đạt được vận tốc chuyển được bốn mươi lăm kênh trong vòng một phút thì có tiếng gõ cửa.

Không phải là giờ uống thuốc bổ chứ?

"Vào đi." Soph nói. "Là cô?"

Cánh cửa mở ra rồi, Clio đứng từ bên ngoài mỉm cười với Sophie.

Có hai việc mà Quân, vì sự kính trọng đối với thầy mình, và vì an toàn của đứa trẻ, sẽ không làm. Việc thứ nhất là, chọc giận Sophie bằng cách nói thật với cô ta những điều trái ý. Anh chịu đựng từng cơn bốc đồng và tam bành vô cớ, luôn luôn có mặt để xoa dịu cô còn chưa kịp, chứ đừng nói gì đến việc khiến cô – tâm lý vốn không ổn định – không vui.

Nhưng đó là Quân, Clio không bị những lý do trên chi phối.

"Tại sao lại là cô? Mathieu đã đuổi cô đi rồi cơ mà!" Làm sao cô ta lại dám đến đây?

"Tôi đã nói với chị rồi." Clio khẽ nói. "Tôi là vợ chưa cưới của Quân, anh ấy không đuổi tôi đi. Chẳng qua tôi đã không đến thôi."

"Cô..."

"Sophie! Tôi cảnh cáo chị, đừng có giật chuông, cũng đừng có bắt đầu kêu khóc, Quân và cả bố chị đang nói chuyện, không chứng kiến việc này đâu."

"Cô, cô..."

"Tôi không có ý làm chị giận, nhưng tôi có việc nghiêm túc muốn bàn. Chị sẽ không thể thông minh lên được nếu như cứ la thét kiểu con nít thế."

Sophie hừ một tiếng. Cô cố rướn mình dậy cho có vẻ áp đảo hơn một chút, nhưng không thành công. Phụ nữ mang thai mất đi nhiều lợi thế, một trong số đó chính là khả năng tự đứng dậy khỏi giường cũng không có.

"Làm sao mà cô lại dám nói với tôi như thế?"

"Làm sao thì chị rõ rồi." Clio đáp. "Hôm trước chị giả vờ khéo lắm." Đến bác sĩ cũng hốt hoảng cơ mà.

Sophie cười nhạt, tiếng cười không hề ngớ ngẩn chút nào. Với Clio, điều đó không áp đảo được cô, mà chỉ là một dấu hiệu tốt. Cô nàng nghiêm chỉnh cho cuộc chuyện trò.

"Cô chỉ giỏi nói bậy thôi."

"Chị bình tĩnh rồi, chúng ta sẽ nói chuyện." Clio điềm

nhiên, lúc đó cô mới bước vào phòng. Đến bên giường của Sophie, cô hầu như tiến đến sát mặt cô nàng như hù dọa, hai gương mặt, bốn con mắt hầu như sát thẳng vào nhau, sau đó mỉm cười, tách ra. Clio cầm lấy cốc, đồ chơi, mọi vật có khả năng gây sát thương trên đầu giường mang ra cái bàn ở cách xa.

"Cô làm cái gì vậy."

Clio chỉ cười, nụ cười đầy ẩn ý, chế nhạo.

Chị biết rồi còn hỏi.

Sophie thật nghi ngờ. Cô ta nói không muốn làm cô giận, nhưng rõ ràng là đang trêu chọc cô.

"Tôi chỉ đang bảo vệ con của anh Quân thôi." Clio nói. "Lỡ chị ném gì trúng bụng tôi thì thật nguy hiểm." Vừa nói vừa xoa bụng.

Không... Không lẽ... "Không thể nào!" Sophie thì thào có chút kinh sợ.

Sophie Belle Renoir, đã hai mươi ba tuổi rồi, tuy có vẻ ghê gớm, nhưng thực ra chỉ là một đứa trẻ – dễ bị lừa, làm sao đấu lại Clio được. Trong lúc Clio còn đóng vai thục nữ, cô nàng đã không lượng sức vuốt đuôi hùm, bây giờ thì khác rồi.

"Chị à, bây giờ chúng ta đều có giọt máu của anh Quân, phải nói chuyện với nhau thế nào đây nhỉ? Tôi là người được gia đình anh ấy nhận làm dâu rồi, người phương Đông chúng tôi có lệ như thế, vậy tôi gọi một tiếng em gái, chị thì nên gọi tôi một tiếng *phu nhân?*"

"Cô... nói bậy." Vốn từ của đứa trẻ con vốn dĩ cũng chưa phong phú, ngoài từ này ra không có gì mới hơn cả.

Sophie đã hoảng sợ thật sự rồi.

"Vậy không được rồi. Hay chị đang mang không phải cốt nhục của Quân?"

"Cô nói cái gì?" Giọng người đẹp tóc vàng bỗng trở nên cứng rắn, một lời nói vừa sắc nhọn, đầy tính cảnh giác. "Cô nói bậy gì đó?"

"Tôi nói, tôi nghi ngờ đứa trẻ chị đang mang không phải của Quân. Nếu chị thực sự có quan hệ với anh ấy, chị có biết trên ngực Quân có vết bớt hình gì không?"

"Tại sao tôi lại phải nói với cô chứ!"

"Tôi không thích nuôi con của người khác." Clio trả lời. "Tôi đã có đứa con của mình rồi, tôi không muốn nó phải tranh giành yêu quý với đứa trẻ khác, nhất là khi hai đứa sinh gần nhau như vậy. Tôi không muốn làm mẹ ghẻ độc ác."

"Con tôi không đến lượt cô nuôi!"

Clio cười, dùng sức lực tận đáy cùng để cất lên một tiếng cười lớn. Cười xong, trong thâm tâm cô cũng âm thầm tán dương nội lực của bản thân, tiếng cười này có thể đi lồng tiếng cho nhân vật nữ ma đầu gian ác chứ không đùa.

"Chị quên sao? Anh Quân đâu có định kết hôn với chị. Nhà anh ấy sẽ không chấp nhận con rơi ở ngoài, đứa trẻ kia..." Clio chỉ thẳng vào bụng Sophie. "... đứa trẻ kia chắc chắn sẽ do tôi nuôi. Cho dù tôi căm ghét đến mấy, tôi cũng đảm bảo với chị, tôi sẽ cho nó sống sót đến tuổi trưởng thành rồi sớm đá đi."

Phụ nữ, cho dù là người khô khan đến mấy, vô tâm

thế nào, cũng có chút bản năng làm mẹ. Bản năng ấy, khi mang thai, sẽ trở nên mạnh mẽ hơn. Cho dù chán ghét thế nào, một người mẹ vẫn có bản năng lo lắng cho con mình.

"Tất nhiên, tôi vẫn không chắc đứa trẻ này có phải là con của anh Quân hay không?"

Clio khẽ hỏi, uyển chuyển tiến đến gần, hơi thở muốn chạm cả vào gương mặt hãi hùng của Sophie.

Xin lỗi, bé con à, không dọa thì mẹ con khó khai thật lắm.

"Dĩ.. dĩ nhiên đây là con của anh ấy." Sophie khống chế sự lắp bắp của mình. "Cô đừng nằm mơ dọa được tôi."

"Tốt, vậy cô mau nói cho tôi biết, trên ngực anh ấy có cái gì?"

"Tôi.. hôm đó chúng tôi say, còn tối nữa..."

"Nói láo." Clio nạt. "Quân kể với tôi rằng hôm đó hai người ở phòng khách sạn, đèn còn chưa kịp tắt đã bắt đầu mây mưa rồi, sáng trưng như vậy sao không thấy gì chứ! Chị căn bản nói láo!"

"Không ph..."

"Mau nói đi?"

"Là vết bớt, trên ngực anh ấy có vết bớt."

"Bớt màu gì?" Clio giật mình, kinh ngạc hỏi.

"Tôi quên rồi." Sophie nói, sau khi thấy vẻ mặt của Clio thì lại thay đổi. "Là màu hồng hồng chàm chàm."

80% các vết bớt đều có màu đó.

"Lạ thật, chị có chắc không?" Clio hỏi. "Nhưng mà thực ra..."

"Không phải," Sophie vội nói, "tôi nhầm, là màu đen."

"Thật à?"

"Thật." Sophie gật đầu chắc chắn.

"Nhưng mà..." Clio nghiêm túc nhăn mày, băn khoăn vô cùng. "Chẳng lẽ anh ấy đã đi tẩy? Lúc tôi cùng anh ấy lại chẳng thấy vết bớt nào cả. Tôi có nên đi hỏi Quân không? Tại sao chị khẳng định trên ngực anh ấy có vết bớt vậy?"

Gương mặt Sophie chuyển sang màu đen.

Clio buột miệng cười, nhớ đến câu chuyện về sự thay đổi màu da của con người, cũng thật đáng yêu.

"Là cô ép tôi nói."

"Tôi chỉ hỏi, đâu có ép chị nói thế."

"Hôm đó chúng tôi say." Sophie nói. "Đó có lẽ là vệt gì dây vào, trên ngực anh ấy không có gì cả. Tôi làm sao mà nhớ rõ được trong lúc đó."

Clio gật đầu. Cô căn bản đâu có biết trên ngực Quân có gì hay không.

Mà, vừa nghĩ đến, gương mặt cô lại chuyển thành màu hồng. Không phải chứ, đang tập trung chuyện chính cơ mà, linh tinh, linh tinh quá!

Clio lúc lắc đầu, Sophie lại nghĩ thái độ đó là một kiểu biểu hiện khác.

"Cô đang gài bẫy tôi nói bậy." Cuối cùng cô nàng cũng thông minh lên được một chút. "Tôi sẽ không nói gì với cô hết. Anh Quân tin tôi, còn cô là đồ đàn bà lừa lọc!"

Clio không vì thế mà bớt vui, sự từ chối của Sophie không ảnh hưởng gì đến cô.

"Nếu chị không nói chuyện với tôi, vậy xem thử cuộn

băng này xem sao. Dù gì thì hình như chị cũng đang chán mà, phải không?"

Ánh mắt cô trở nên đầy nguy hiểm.

27

Tôi muốn đi với người tôi yêu
Tôi không muốn tính toán chi nhiều
Tôi không quan tâm
nếu đó là điều tốt
Anh ấy yêu tôi không,
tôi cũng không muốn biết
Tôi muốn đi với người tôi yêu

— BERTOLT BRECHT —

ột đứa trẻ còn chưa ra đời, nó không có tội. Nhưng người lớn lợi dụng nó để làm chuyện không quang minh chính đại, thì sự ra đời của nó sẽ không phải niềm vui, mà là bất hạnh của kẻ này để thỏa mãn tham vọng của kẻ kia. Lúc đó, nó mở mắt nhìn thế giới nhưng không hề được chào đón hân hoan, cũng không được bố mẹ nâng niu yêu quý, là thiệt thời của đời nó.

Talia vừa xem cuộn băng xong, nói. "Clio, em đúng là không thể xem thường được, có thể tìm ra được cái này." Clio cười, em gái của nữ hoàng yêu tinh, đâu thể để người khác xem thường được.

Hạnh phúc của cô, dĩ nhiên cô cũng phải chiến đấu đến cùng.

Khi Henry tìm thấy bằng chứng này, Clio đã vô cùng vui mừng. Coi như có thể tha thứ mọi tội lỗi cho anh chàng.

Cô đã suy nghĩ rất nhiều. Nếu Quân không thể tránh được việc phải lấy Sophie, như vậy, hạnh phúc của cô sẽ tan biến. Dù anh thoái thác được việc này, cô cũng không có can đảm nói rằng: hẹp hòi như cô sẽ chấp nhận anh có con riêng.

Nếu, coi đó là cốt nhục của Quân, cô sẽ cố gắng yêu quý nó. Nhưng nếu đến khi cô cũng có con của mình thì sao?

Cô chịu san sẻ, con cô cũng thế sao? Cô biết rõ, gia tộc như nhà anh, không thể để con rơi ở bên ngoài. Cô yêu quý đứa trẻ, nó có thể yêu quý cô sao?

Tuy tất cả mọi thứ đều có thể cố gắng, nhưng nếu có thể chứng minh đó không phải là con của anh thì sẽ đơn giản hơn nhiều.

Lúc đó chỉ còn phụ thuộc vào việc Quân có thể từ bỏ hay không và vị giáo sư đó có thể buông tha anh hay không.

Remigio nói, giáo sư Renoir là người từng hy sinh cả người con gái mình yêu, để đạt được danh vọng tiền tài. Đối với con gái mình, ông không quan tâm đến tình cảm của nó, mà chỉ cần địa vị. Với Quân, ông ta đã muốn có đứa con rể này, nhất định không dễ dàng thả anh ra, nhất định sẽ làm khó anh tới cùng, cũng quyến rũ anh tới cùng. Công trình nghiên cứu của họ, ý nghĩa không hề nhỏ, mà Quân đóng vai trò quá quan trọng. Hơn nữa vốn liếng cho cuộc nghiên cứu, gia đình Quân cũng góp không hề nhỏ, anh bỏ, là sẽ bỏ tất cả.

Clio không ngờ được anh chịu áp lực như thế mà khi nói ra mọi chuyện với cô, anh lại làm cho mọi thứ đều dễ dàng như không.

"Đoạn phim này... cô lấy ở đâu ra?" Sophie run rẩy nói.

Mới thoạt đầu, cô nàng còn không nhận ra. Nhưng sau đó, trải qua từng phút một, thì có thể nhìn rõ trên màn hình hiện ra một đoạn hành lang.

"Chị biết rồi phải không? Đây là máy quay phim của khách sạn." Tầng họ dùng vốn là tầng hạng sang, không thể có camera, chỉ có điều hôm đó có một vị khách đặc biệt

quan trọng, camera đã được sử dụng cho công tác bảo vệ, chỉ quay hành lang, nhưng thế cũng đã đủ rồi. Nếu không phải kẻ quái dị lắm tiền lắm quyền như Henry, chẳng ai khui ra được.

Trên hình ghi lại, một đôi nam nữ lảo đảo đi vào một căn phòng. Sau đó, một cặp khác cũng đi đến hành lang nọ, người con trai đã rất say, đi cũng không vững nữa, họ đến của phòng thì nhận ra trong phòng đã có người, người con gái lúc nãy bước ra.

Những điều sau đó, Sophie không xem cũng biết.

Bởi vì Quân say, anh căn bản không nhớ được cô gái đêm đó là ai.

Càng không biết, họ chơi trò đổi chỗ.

"Phòng mà Quân vào, hình như đèn tắt cả đêm, phòng còn lại, đèn thật sáng. Sophie, thực ra chị triền miên ở đâu vậy?" Clio hỏi.

"Cô..."

"Suốt cả đêm," Clio khẽ nói, "chị ở trong phòng anh họ mình, đến sáng mới đổi chỗ với cô gái kia. Tôi hơi nghi ngờ, buổi sáng hai người mới bắt đầu hoan lạc, còn cả đêm cô với người kia thì không có vấn đề gì? Hẳn là vậy đi, làm sao chị lại chắc đó là con của Quân?"

"Đó... phải là con của anh ấy!" Sophie nói. "Cô cút ra khỏi đây cho tôi."

"Sophie." Clio nói. "Tại sao chị không muốn thừa nhận, đó là con của Remigio? Hay chị còn không muốn ai biết chị ngủ với anh ta? Bởi vì bố chị đã cấm ư?"

"Cô cút đi!" Sophie ương bướng nói.

"Tôi nghĩ, việc mang thai cũng chỉ là ngoài ý muốn, Quân tự nhiên trở thành hình nhân thế mạng. Ở chỗ chúng tôi có một thành ngữ, là: *nuôi chim tu hú, chỉ hại thân mình.*"

"Clio, tôi đánh giá thấp cô, nhưng cô đừng hòng dọa nạt tôi. Chẳng qua là một đoạn phim không biết cô dùng thủ đoạn kiếm được ở đâu ra, tôi sẽ không thay đổi đâu. Nếu Quân cương quyết không lấy tôi, nếu cô tin anh ấy yêu cô đến nỗi bất chấp hết, tại sao cô lại còn cố công gài bẫy tôi? Chẳng qua cô cũng sợ Quân mờ mắt vì lợi ích! Tôi không chấp nhận buông tha, cô không yên ổn được đâu!"

Coi như cô ta cũng có chút thông minh.

Nhưng cô sai rồi, Clio không phải không tin Quân. Cô tin anh, tin anh nhiều việc, tin cả sự quyết tâm của anh, tin lòng anh không thay đổi, tin cả sự tôn trọng của anh đối với người đã gài bẫy và ép buộc mình. Từ đầu đến cuối, việc cô có thể làm để giúp anh, giảm bớt gánh nặng cho anh chỉ có thể là thế này thôi.

Cho nên, Clio điềm nhiên cười.

"Chị biết đấy, tôi có thể tìm thấy đoạn băng này thì cũng đã tìm thấy cả cô gái kia. Tốt nhất là chị chuẩn bị tinh thần đi. Sau khi chị sinh xong, chúng ta có thể làm xét nghiệm ADN."

Có hai việc Quân sẽ không làm, không phải anh không dám làm, mà không thể làm, bởi vì anh mang tác phong quân tử, và anh không có cơ sở để có quyền bộc lộ nghi ngờ. Clio nghĩ, đó là ngốc nghếch. Vai thông minh, để cô đóng thay anh vậy.

Việc thứ nhất, chọc giận Sophie. Việc thứ hai, yêu cầu xét nghiệm ADN.

Sophie chắc chắn cũng nghĩ vậy. Nên khi Clio nói thế, cô ta hoàn toàn bất ngờ.

"Đó là việc chắc chắn phải làm." Clio nói. "Tôi nói rồi, chúng tôi sẽ không nuôi con của người khác."

"Cô..."

"Tôi chẳng làm gì chị cả. Chị ngốc nghếch, không có nghĩa tôi cũng sẽ ngốc nghếch theo chị. Chị không yêu Quân mà cứ muốn anh ấy phải lấy chị, làm khổ anh ấy, tôi đáng ra phải để chị trả giá, chẳng qua đứa trẻ không có tội, chị đừng làm nó phải lay lắt."

"Cô dựa vào cái gì mà cho rằng tôi không yêu Quân? Nếu không yêu Quân, tôi đã không dùng thủ đoạn để giữ bằng được anh ấy."

"Không, Sophie, đừng đổi trắng thay đen. Chị dùng thủ đoạn, chẳng qua là muốn giữ bằng được đứa trẻ này, đứa trẻ của người đàn ông chị yêu mà không lấy được thôi." Clio lắc đầu nói. Người đã sai, sao còn cứ cố chấp như vậy để làm gì chứ? "Hôm nay chị còn có khách, tôi không làm phiền chị nữa."

Khách?

"Remigio, anh vào đi."

Clio vừa nói, vừa bước ra ngoài.

Cái tên vừa nói ra, Sophie lập tức ngẩng đầu lên. Clio đi rồi, mà cửa vẫn còn chưa đóng. Có một người giữ cho cánh cửa không thể khép lại.

Cô không phải muốn giữ Mathieu – người đàn ông mà

nhiều người mơ ước, nhưng không phải là ước mơ của cô. Cái cô muốn giữ, người cô muốn giữ, là đứa trẻ kia, đứa trẻ cô không biết nên thích hay ghét. Nó là tai họa ngoài ý muốn, là đứa trẻ không thể thừa nhận, thế nhưng cũng là đứa con của anh ấy.

Của anh ấy.

Sophie Belle Renoir, đã hai mươi ba tuổi rồi vẫn còn rất trẻ con. Thế nhưng, có một thứ tình cảm thực sự trưởng thành, được nuôi dưỡng với một người – Remigio.

Cho dù Quân nói gì, giáo sư Renoir cũng không nghe.

Cho dù giáo sư Renoir đưa ra điều gì, Quân cũng không chấp nhận.

Nếu là trong những cuộc tranh luận về học thuật, có lẽ họ còn dễ đi đến kết luận chung hơn là thế này.

Sự thật là, đây là cuộc thảo luận về tương lai của anh, Quân không hề bị lung lay.

Giáo sư đã tức đến không thở được, thế mà Quân, lại nhớ đến hình ảnh cô gái đó, khiến bản thân anh không hề bối rối, nặng nề. Cô ấy, Clio, anh còn phải yêu cô đến cuối cuộc đời.

Trước đây, đã có lúc Quân nghĩ, anh có mọi thứ trên đời, nhưng rồi cho đến những ngày qua, anh đã phát hiện ra, những gì anh đã có chưa là gì cả. Anh đã buộc phải biết đến mất mát, đến những điều không như ý trong cuộc đời này. Mất đi người thân, mất đi tình yêu, mới là thứ đáng sợ nhất, không phải là những vật chất hay danh vọng. Những điều ấy tuy quý giá thật, nhưng không thể mua được những phút giây của sự sống.

Giữa sự nghiệp và tình yêu, nếu bắt buộc phải lựa chọn, sự lựa chọn đó phản ánh cách nhìn của một người đàn ông về cuộc sống, quan điểm sống của anh ta.

"Đừng cố chấp vào những điều ấy – ngu ngốc làm sao nếu cậu lãng phí tương lai của mình. Tình yêu có thể xây dựng sau hôn nhân, và bền chắc hơn sau khi được bảo vệ bởi pháp luật. Cậu và Sophie sẽ có tha hồ thời gian để học yêu nhau, rồi sau đó sống hạnh phúc. Cậu sẽ có tất cả những gì một con người có thể ước ao."

Vợ đẹp, tiền tài, danh tiếng?

"Nếu cả em và cô ấy đều chưa yêu ai, điều đó có thể xảy ra, nhưng miễn cưỡng kết hôn thì sẽ chẳng đi đến đâu cả. Em yêu người khác, kết hôn với Sophie, em sẽ không thể làm cô ấy hạnh phúc. Nhất là khi Sophie cũng ôm hình bóng một người khác."

Quân nói, anh muốn làm rõ vấn đề.

"Sophie không yêu tay Remigio đó, không thể được!" Cuối cùng giáo sư Renoir đã không chấp nhận được nữa. Ông đập xuống bàn, tiếng rầm rất lớn. Quân lặng thinh.

Rồi anh nói.

"Đối với đứa trẻ, nếu đúng là trách nhiệm của em, em sẽ không trốn tránh."

Giáo sư Renoir không đáp, ông vẫn còn nghĩ về câu trước đó.

"Cho dù yêu đương nhăng nhít thế nào, thì con bé cũng đã mang con của cậu rồi. Thằng Remigio đó cũng đã hiểu chuyện rồi. Hai đứa nó kết thúc được. Cậu là bố đứa bé, trách nhiệm với nó không phải chỉ là chu cấp tiền bạc."

Quân khẽ cười, anh không có ý định vô lễ, anh chỉ nghĩ đến Sophie. Cô bé đó, anh vốn không thích cô, lý do đơn giản vì cô là một đứa trẻ được chiều sinh hư. Nhưng sự chiều chuộng đó nói cho cùng chỉ là được cho bao nhiêu tiền bạc tùy ý thích. Nếu nói về chính cuộc đời của con gái ông, Sophie mới chính là đứa trẻ chỉ được chịu trách nhiệm bằng tiền bạc, khi mà cả bố lẫn mẹ – lạnh nhạt trong hôn nhân của họ, đều bỏ bê cô.

Anh hiểu, và từng mến Sophie như em gái vậy, bởi vì cô quá cô đơn. Nhưng để lấy cô, thì không đủ. Miễn cưỡng, họ cũng sẽ trở thành một cặp ông và bà Renoir thứ hai, sinh ra một Sophie thứ hai.

"Em chỉ làm được những gì trong khả năng cho phép. Nếu so sánh với yêu thương giả tạo thì có lẽ thế sẽ tốt hơn."

Nói xong, anh điềm tĩnh nhìn thầy mình.

Một trong những vị giáo sư danh tiếng nhất, thành công nhất trong giới học gia cũng nhìn lại anh.

Khóe mắt anh kiên định, khóe mắt thầy anh run run, bàn tay anh co lại đặt trên thành ghế, bàn tay ông duỗi thẳng trên bàn. "Mathieu, coi như hôm nay tôi không thuyết phục được cậu. Hy vọng sau này cậu không phải hối hận."

"Sẽ không đâu," Quân trả lời, "thưa thầy."

Bởi vì, cuộc đời là quá dài để sống bên cạnh người mà tôi không yêu.

Điện thoại trên bàn reo vang. Quân bắt máy. Anh hỏi, "Sophie?... được, em đợi chút."

Quân giữ ống nói lại. "Gặp thầy ạ."

Nghi hoặc, giáo sư Renoir đỡ lấy ống nghe.

Quân đi ra ngoài.

"Vâng?" Clio nhận điện thoại.

"Em đang ở đâu vậy?" Anh hỏi.

"Em?" Cô cười cười, chỉ đáp lại anh bằng một câu hỏi. "Vị giáo sư đó thế nào rồi?"

"Nếu anh mất công trình nghiên cứu và cả học bổng, thất nghiệp rồi chỉ còn hai bàn tay trắng không biết làm việc... Phu nhân, em sẽ đi làm nuôi anh chứ?" Quân hỏi.

Cô trả lời. "Em sẽ bán chồng nuôi con."

28

Sâm si hạnh thái
Tả hữu mạo chi
Yểu điệu thục nữ
Chung cổ lạc chi

– KINH THI (QUAN THƯ) –

Hoàng hôn đỏ rực rỡ.

Thành phố về chiều xe cộ tấp nập, bên dòng sông, mặt trời vẫn đang bình thản lặn xuống. Trong một khoảnh khắc kỳ diệu, ánh sáng lấp lánh khắp mọi nơi, cả dòng sông như được dát vàng với những rặng cây xanh mướt trải dài. Những đám mây cũng thôi hững hờ...

Clio như nín thở. Vẻ đẹp thật huy hoàng.

Cho dù cô không đếm nổi đây là lần thứ mấy được nhìn ngắm nó. Người đàn ông đi đến từ phía sau lưng cô, nhẹ nhàng đứng áp vào phía sau.

"Mệt không?"

Họ đứng từ trên tầng thứ bốn mươi của toà chung cư cao nhất thành phố, bóng dáng mờ mờ phản chiếu trên mặt kính. Hoàng hôn càng xuống thấp, ánh sáng bọc lấy họ vào khoảnh khắc rực rỡ đó.

Cô mỉm cười, lắc đầu. Anh vòng tay ôm lấy cô từ đằng sau.

"Có phải không?" Anh mơ hồ hỏi, tựa như cân đo. "Em lại gầy đi rồi. Chẳng tốt tí nào."

Cô suýt nữa phì cười. "So với hai tháng trước?"

"Phải, rõ ràng anh đã nuôi được em mập lên một chút, lại bị vợ chồng nhà đó phá hoại. Anh nhất định không cho

họ đến đây nữa." Cô đã từng tưởng anh đùa, nhưng anh rất quyết tâm, rất nghiêm khắc muốn cô tăng cân, kiểm tra khẩu phần ăn của cô, còn xem cả chế độ tập luyện cho cô nữa. Anh nói, bởi vì sức khỏe của cô không tốt, anh phải liên tục theo sát như thế, để nâng cao sức khỏe và đề kháng cho cô. Cô còn bảo, không hiểu anh làm bác sĩ kiểu gì mà rảnh rang như thế, nhất định là lười biếng. Anh còn phải kêu anh rể ra làm chứng anh việc làm việc ở viện vẫn vô cùng chăm chỉ.

Hai tháng trước dĩ nhiên cân nặng của cô đã đạt đến giới hạn lớn nhất, chỉ vì cô đâu chỉ có một mình.

Vợ anh mỉm cười. Họ vừa tiếp khách. Chính là cặp vợ chồng con cái nhà Sophie Jammes.

"Đừng hòng, anh đuổi vợ chồng họ không sao, nhưng không thể ngăn em đón con trai đỡ đầu của em được."

"À, cái thằng Stéphane đó..." Quân nói, cố gắng không tỏ ra ghen tuông với một đứa trẻ đang còn học đánh vần... Stéphane Jammes là một cậu bé vô cùng đáng yêu, thông minh chững chạc, lần nào gặp vợ anh cũng nói, hay bắt cóc thằng bé về nuôi cho rồi đi. "... lúc nào em cũng cưng nựng nó, cục cưng của chúng ta nói với anh, con bé rất buồn."

"Việt Thư? Phải không?" Clio nhướn lông mày, cô nghi ngờ khả năng đứa bé mới sáu tuần tuổi có thể có khả năng truyền đạt đến thế nha...

"Ờ, phải chứ, anh là papa, dĩ nhiên chỉ cần nhìn vào mắt nó là anh hiểu liền." Quân khẽ cười, đặt một nụ hôn lên tay vợ. "Và con chúng mình mới là đứa trẻ thông minh nhất, không phải sao?"

"Chứ không phải anh có thiên phú cho khả năng hiểu được ý nghĩ mọi cá nhân thuộc giới nữ hả?" Clio nói. Hừ, cô chưa bao giờ tha cho anh cái tội lăng nhăng năm xưa... từ cái thời họ chưa gặp nhau. Quân thỉnh thoảng vẫn đùa, biết trước tương lai thế này, anh đã sớm thủ thân như ngọc đợi chờ cô rồi.

Anh nói, cái anh có thể cho cô chỉ là tương lai và những lời hứa. Nhưng Clio nói, cô nhất định tin anh. Bởi vì quá khứ chỉ là cái đã qua. Đến hôm nay, họ vẫn hạnh phúc.

"Có khi là thế." Quân thản nhiên nói. "Chỉ có điều... á!" Bị mẹ nó cấu vào vai, bố nó khẽ kêu.

"Chỉ có điều thế nào?" Cô dụi sâu hơn vào người anh. Cưới nhau hơn hai năm, anh không bao giờ nhầm lẫn dấu hiệu nào. Tay anh lướt dọc trên hông cô, khi họ nhìn vào mắt nhau, và anh cúi xuống để hôn cô...

Reeng...

"Kệ đi..." Anh nói. Cô đồng ý. Một tay cô đặt trên vai anh...

Reeng reeng...

"Kệ..." Môi họ chạm nhau...

Oe oe oe...

Clio phì cười.

Bùi Nguyễn Việt Thư, chỉ mới sáu tuần tuổi, nhưng luôn được bố nó khẳng định là đứa trẻ thông minh nhất trên đời này. Quân dụi đầu vào cổ cô, cảm nhận da cô rung lên khi cô cười.

"Có thể anh được thiên phú gì đó," Quân nói, "nhưng quan trọng anh chẳng cần đến làm gì, ngoại trừ với hai người phụ nữ duy nhất thôi."

Anh đặt lên cổ người thứ nhất một nụ hôn vội, rồi chạy ngay đến với người thứ hai.

Clio đi sau lưng anh, chuông điện thoại vẫn cứ reo. Cô bắt máy, vừa nhận cuộc gọi vừa nhìn anh bế em bé báu ngọc của họ bước ra ngoài, đến gần tấm kính. Sophie vẫn nói, đứa trẻ này đẹp hơn cả thiên sứ, nhất định khi nó lớn phải gả cho Stéphane. Từ lúc nghe thấy thế Quân cấm tiệt không cho thằng bé đến gần em bé, còn Clio chỉ buồn cười.

Cặp vợ chồng nhà Jammes không được anh chào đón, dù mấy năm họ mới ghé thăm một lần, dù sao thì cũng chỉ vì sự ích kỷ của họ mà anh và cô đã gặp trắc trở biết mấy. Cô bảo đó là tự tôn của anh chịu chút sứt mẻ, suýt phải nuôi con tu hú cũng là một bài học cho anh. Anh chỉ không hiểu nổi tại sao hai bà vợ lại nhanh chóng trở nên thân thiết như vậy, không hiểu là cùng ngồi nói xấu anh, hay chỉ đơn thuần là Sophie cảm thấy biết ơn đối với vợ anh.

Clio không hề vị tha hơn anh. Chẳng qua cô thông cảm cho họ, đến hôm nay thằng bé Stéphane xinh trai đáng yêu đến thế, nhưng vẫn chưa được ông ngoại thừa nhận. Cô nhớ năm ấy đối với quan hệ thực sự của hai người này, cũng chỉ dám phỏng đoán chứ không có bằng chứng. Nếu không phải cuộc nói chuyện với Remigio dùng cả đe dọa lẫn khuyên nhủ – cộng với nghệ thuật mớm cung, cô cũng không thể khẳng định được, giữa hai người đó hóa ra lại có một tình cảm như thế. Yêu, nhưng không dám thừa nhận, cũng quá sợ hãi phải đối mặt với tình cảm đó, quá sợ hãi bị phản đối. Giữa họ cũng biết bao oan trái và bất hạnh,

chỉ là... Clio không thể đồng tình. Cô ép họ, trong thâm tâm cũng mong họ tự đối mặt với tình cảm của mình, tự chịu trách nhiệm cho hành động của mình. Không thể vì sự ích kỷ của riêng họ mà làm mất đi hạnh phúc của người khác – của cô.

Chẳng phải sao? Đến lúc này, cho dù chưa được cha của Sophie chấp nhận, nhưng họ vẫn đang bằng lòng với hạnh phúc nhỏ bé của mình, lại còn có một đứa con đáng yêu đến vậy.

"Sophie gọi, gia đình họ đã đến sân bay, chuẩn bị làm thủ tục rồi." Clio gác máy, hỏi. "Anh đang nói gì với nó thế?"

Chồng cô ôm con gái họ quay lại nhìn cô, trong ánh hoàng hôn, hình ảnh ấy còn đẹp hơn cả mức làm cô nín thở, trong lòng tràn ngập một niềm ấm áp ngọt ngào. Con bé được nựng, đã thôi khóc, ngước đôi mắt đen láy to trong như hai hạt nước lưu chuyển, nhìn ngắm thế giới bên ngoài. Chỉ vừa nhìn thấy mẹ, đã vòi ngay. Quân trao nó cho cô.

Chín tháng mười ngày để sinh ra cục cưng này. Clio nhìn nó, đứa bé là niềm tự hào của cô, là tình yêu của cô, nó hoàn toàn khỏe mạnh, ngọt ngào và sinh động. Có Quân ở bên, anh luôn nỗ lực chăm sóc cả cô và con.

"Anh nói với nó: chào con, đây là thành phố quê hương của chúng ta, bây giờ bố sẽ trao nó cho con."

Clio mỉm cười bảo anh sến súa trong khi anh ôm lấy cô, trong ánh sáng rực rỡ không gì sánh bằng.

Anh cúi đầu, bày tỏ sự phản đối bằng cách cuốn cô vào

một nụ hôn say sưa nhất, môi anh chạm đến môi cô, mở ra cánh cửa đóng kín trong lòng cô, cảm xúc ồ ạt tràn ra mãnh liệt và nguyên sơ. Trên tay cô, nằm giữa vòng ôm của họ, vang lên tiếng cười khúc khích của trẻ thơ như muốn chọc ghẹo hai người lớn. Hòa với tiếng cười ấy, nụ hôn của anh trở nên dịu dàng, và đắm say.

"Em đã nói với anh chưa hở chồng, rằng em yêu anh?" Cô thì thầm trên môi anh.

"Hôm nay thì chưa." Anh thì thầm đáp trả, môi anh cười trên môi cô. "Và anh vẫn muốn nghe."

Cô cười, hòa với tiếng cười của bé Việt Thư. Và anh ngăn chặn tiếng cười của cả hai mẹ con bằng những cái hôn thật dài, thật yêu thương.

Trong khoảnh khắc này, thế giới biến mất, ưu lo trở nên xa vắng đến mất tăm tích, chỉ có niềm tin tưởng nhiệt thành vào *hạnh phúc mãi mãi về sau.*

HẾT

Lời kết

Hãy rèn
khi sắt còn nóng

– RAZUN GAMZATOP –

Sáng sớm ngồi viết lời kết, đó là một cảm giác rất thanh thản, rất thành tựu.

Thời gian thật nhanh, hóa ra đã một năm kể từ khi tôi viết xong cuốn truyện về Melpomene, lúc này tôi mới đặt bút viết tiếp về cô gái tiếp theo của gia đình Muse. Tôi nhớ, trong những phản hồi trên mạng, có người từng phê bình tôi, viết liên tiếp hai cuốn trước quá gấp, chắc chắn không thể đảm bảo được chất lượng của truyện. Lúc đó tôi đã rất buồn lòng. Từ đó đến nay, tôi không hoàn thành được thêm truyện nào nữa.

Vậy mà câu chuyện của Clio đến với tôi khá bất ngờ, cũng khá vội vàng. Trong lúc tôi bận rộn nhất, Clio khiến tôi không thể tập trung vào chuyện mình đang làm được nữa, không thể không tranh thủ lúc "cảm hứng còn nóng" để viết ra, để mặc mọi chuyện khác qua một bên.

Tôi đùa rằng, cuốn truyện này cũng như giải thưởng độc đắc rơi trúng đầu tôi vậy, một giải thưởng không thể không nhận.

Clio là ai, tôi đã có định hình về nhân vật này rất lâu, nhưng chưa hề có mong muốn sẽ viết về cô ấy, tôi chưa từng nghĩ đến cốt truyện này, cho đến ngày giải thưởng rơi xuống đầu. Khổ thật, tôi đành viết ngay kẻo quên. Clio – nàng thơ thứ tám, tâm hồn nồng nhiệt bị chôn chặt trong thể chất yếu ớt, đã có lúc, những suy nghĩ của cô về thế giới trở nên lệch lạc, bi quan. Clio chỉ là một người quá tin tưởng vào sự khuyết sót của số phận cho bản thân mình, nếu có một tình cảm có thể khiến cho cô thay đổi, một tình cảm để cô phấn đấu, một tình cảm rồi sẽ bảo bọc cô, thì sẽ tốt biết mấy?

Một người con gái, bao giờ cũng mong có một bến đỗ êm đẹp cho số phận mình, rất ít người thích trải qua gió táp mưa sa, không phải vì họ khác biệt, hơn thua đàn ông, mà họ có bản năng tìm đến những giá trị khác ngoài thành công trong sự nghiệp. Clio từng có một ước mơ về bạch mã hoàng tử, thế nhưng người đến với cô có lẽ đã cưỡi trên một con ngựa đen, tuấn tú lắm, nhưng không hoàn hảo.

Nhưng Clio có thực cần đến sự hoàn hảo không? Tôi cho là không. Bởi chữ hoàn hảo ấy cũng rất khó nói. Ta chỉ hoàn hảo dưới con mắt của tình yêu. Clio phát hiện, hoàng tử trong truyện cổ tích chỉ đến với những cô gái bị động, hay chủ động

kiên gan chờ đợi. Clio không thể làm thế, cô chủ động vì hạnh phúc của mình. Tôi yêu mến cô vì vậy. Hoàng tử hắc mã yêu cô, có lẽ cũng vì thế, mà hạnh phúc đến với cô, cũng nhờ đó.

"Bởi vì cuộc đời này là quá dài để sống bên cạnh người tôi không yêu." – tôi rất thích câu nói này. Cả câu chuyện này có lẽ cũng vì một câu này mà tồn tại. Có rất nhiều con người trên cuộc đời này, chọn cuộc sống cô đơn, hay chọn kết hôn, chọn chờ đợi, hay chọn trở thành người thứ ba... muôn vàn cách sống khác nhau. Không ai có quyền bảo họ đúng hay sai, tôi chỉ là một kẻ viết truyện tình, trong thế giới niềm tin của tôi, nếu ta quyết định sống trọn đời bên cạnh một ai đó, thì đó nên là người mình yêu. Cuộc sống này có biết bao nhiêu khó khăn, bao nhiêu trắc trở, ta không bao giờ biết được bầu trời tĩnh lặng ngoài kia sẽ đột ngột trở bão vào lúc nào, ngôi nhà ta ở nên là một mái ấm, nơi ta có được yêu thương thành thực nhất. Điều tưởng chừng như sáo rỗng, như quá quen thuộc, nhưng vẫn là chân lý: mọi vật chất là phù du, chỉ có thương yêu là vĩnh cửu. Cùng nắm tay nhau, vượt qua mọi chông gai đường đời.

"Clio and the prince charming – Giấc mơ bạch mã hoàng tử", đối với tôi là một câu chuyện không quá chặt chẽ, hầu như không mang nặng thông điệp nào quá lớn lao. Cho nên đối với nó, viết lời

kết tôi cũng lười. Nhưng viết lời kết đối với tôi đã trở thành một nghi thức, bất chấp có sử dụng về sau hay không, nó giúp tôi ổn định cho câu chuyện, một lần cuối cùng.

Tôi chắc sẽ đau lòng – khi bị chê bai, nhưng hết cách rồi, viết xong lời kết này, vậy câu chuyện của Clio sẽ rẽ sang ngã rẽ, bước tiếp con đường của nó, còn tôi ở lại; chặng đường của các thi thần, tôi chỉ là người ghi chép khi họ đi qua cột mốc tình yêu mà thôi.

Sẽ không có ngoại truyện dành cho Clio. Bởi vì, đây đã là lời tạm biệt của tôi rồi.

Trời rất trong,
5h 12' 23-5-2011,
Meggie.

CHÀNG VÀ EM

Meggie Phạm

Chịu trách nhiệm xuất bản: NGUYỄN MINH NHỰT
Chịu trách nhiệm nội dung: NGUYỄN THẾ TRUẬT
Biên tập: HOÀNG ANH
Bìa: BIÊN THÙY
Hình bìa: ÁNH HỒNG
Sửa bản in: DUY HOÀNG
Trình bày: NGUYÊN VÂN

NHÀ XUẤT BẢN TRẺ
Địa chỉ: 161B Lý Chính Thắng, Phường 7,
Quận 3, Thành phố Hồ Chí Minh
Điện thoại: (08) 39316289 - 39316211 - 39317849 - 38465596
Fax: (08) 38437450
E-mail: nxbtre@hcm.vnn.vn
Website: www.nxbtre.com.vn

CHI NHÁNH NHÀ XUẤT BẢN TRẺ TẠI HÀ NỘI
Địa chỉ: Số 21, dãy A11, khu Đầm Trấu, Phường Bạch Đằng,
Quận Hai Bà Trưng, Hà Nội
Điện thoại: (04) 37734544
Fax: (04) 35123395
E-mail: chinhanh@nxbtre.com.vn

Khổ 13 x 20 cm. Số: 1366-2011/CXB/08-335/Tre.
Quyết định xuất bản số: 815A/QĐ-Tre, ngày 19 tháng 12 năm 2011.
In 2.000 cuốn, tại **CÔNG TY CỔ PHẦN IN KHUYẾN HỌC PHÍA NAM**, Tp. HCM.
In xong và nộp lưu chiểu Quý I năm 2012.